நதியில் விழுந்த மலர்

ரமணன்

விஜயா பதிப்பகம்
20, ராஜ வீதி,
கோயம்புத்தூர் - 641 001.
www.vijayapathippagam.com

நூலின் பெயர்	:	நதியில் விழுந்த மலர்
ஆசிரியர்	:	ரமணன்
முதல் பதிப்பு	:	ஜூன் 2013
வெளியீடு	:	**விஜயா பதிப்பகம்**
		20, ராஜ வீதி,
		கோயம்புத்தூர் - 641 001.
		ℂ 0422 - 2382614 / 2385614
ஒளியச்சு / புத்தக வடிவமைப்பு	:	ஐரிஸ் கிராபிக்ஸ், கோவை.
அட்டை வடிவமைப்பு	:	ஆர்.சி.மதிராஜ், சென்னை.
அச்சாக்கம்	:	ஜோதி எண்டர்பிரைசஸ், சென்னை - 5.
பக்கம்	:	128
விலை	:	ரூ. 70/-

ISBN - 81-8446-505-X

NATHIYIL VILUNTHA MALAR

Author	:	Ramanan
First Edition	:	June 2013
Published By	:	**VIJAYA PATHIPPAGAM,**
		20, Raja Street, Coimbatore - 641 001.
		ℂ 0422 - 2382614 / 2385614
Layout & Laser type set	:	**IRIS** *graphics* , Coimbatore.
Cover Design	:	R.C. Mathiraj, Chennai.
Printed At	:	Jothi Enterprises, Chennai - 5.
Pages	:	128
Price	:	Rs.70/-

சமர்ப்பணம்

என்னுடைய இப்போதைய வாழ்வின் போக்குக்குக் கிரியா ஊக்கிகளாகவும், கைகொடுக்கும் தோழர்களாகவும் இருந்து என்னை ஆதரித்து வரும் என் இனிய நண்பர்கள் கோவை ஸ்ரீ கிருஷ்ணா ஸ்வீட்ஸ் அதிபர் திரு எம். கிருஷ்ணன் அவர்களுக்கும், அபிராமி அன்னையின் செல்லப் பிள்ளையாக, பன்முக ஆற்றல் கொண்ட கவிஞர் மரபின் மைந்தன் திரு முத்தையா அவர்களுக்கும் இந்த எளிய நூலை, பராசக்தியின் பாதமலர்களில் ஒன்றாகக் கருதிப் பணிவுடன் சமர்ப்பிக்கிறேன்.

என்றென்றும் நன்றியுடன்

ரமணன்

கயிலையோ கவிதையோ

சித்திரை முழுநிலவு..
பூரண நிலவோ கிரஹணத்தின் ஆதிக்கத்தில்...
கயிலைமலை.
கிரஹணத்தில் விடுதலை பெற்ற சந்திரன், மென்மையான கிரணங்களினால் கயிலாயனின் அடிதொழுகிறான்.

கயிலாயன் புன்சிரிப்பில் இமயம் மிளிர்கிறது.
பிரம்ம முகூர்த்த நேரம்.
வானில் நட்சத்திரங்கள் தாவிக் குதித்து, மானசரோவரில் புனித நீராடி, கயிலையை வலம் வருகின்றன.

தெய்வ சக்திகள் எல்லாம் ஜோதிமயமாகத் தரையிறங்கி, மானசரோவரில் கரையேறுகின்றன.

கண்கள் காணாததை கண்டன. எதைக் காண்பது என்று திகைத்தன.

அதனைக் "கண்டவர்கள் கண்டவர்கள்".

இமயத்தில் நின்ற இதயம், இசைக்கவியால் மீண்டும் துடித்தது.

கவிதையைக் கண்டபோது கவியை மறந்தேன்.
கவியைக் கேட்டபோது கவிதையை மறந்தேன்.

கவியும் கவிதையும் இணைந்த பொழுது கேட்டது இறைவனின் நாதம்.

இமயத்தில் நான் கண்ட காட்சியைக் "கண்டவர்கள் கண்டவர்கள் தான்".

இசைக்கவியைக் "கேட்டவர்கள் கேட்டவர்கள்தான்".

காணாததைக் காண வைப்பதும், கேட்காததைக் கேட்க வைப்பதும், இல்லாத இடத்தில், சொல்லாத சொல்லில் நில்லாமல் நின்று அருளுவது அவனல்லவோ!

நதியில் விழுந்த மலர்..மலர், கரை சேர்ந்தது. நதி, மதுவானது!

எம். கிருஷ்ணன்
ஸ்ரீ கிருஷ்ணா ஸ்வீட்ஸ்
கோவை

பாணன் ஒருவனின் பயணமிது

பயணம் போகும் பாணன் ஒருவன், பகல் பொழுதொன்றில் மரநிழலில் ஒதுங்கி,கட்டிசோற்றினைப் பிரித்துண்டு, நீரருந்தி சௌகரிய மான சாய்மானத்தில் ஏட்டுச்சுவடியில் எழுதிப்பார்த்த வரிகள் இவை. அகம்கூட்டும் அவதானிப்பில் முகம்காட்டும் பல்லவிகளின் காது திருகி இழுத்து வந்து கவிதைகளாக்கிய எக்காளம் எல்லாப் பக்கங்களிலும் ஒலிக்கிறது. வாழ்க்கையின் மூலம் தேடித்திரியும் சாதகன் ஒருவனின் வாக்குமூலங்கள் இவை. எனவே வடிவம் குறித்தோ அடர்த்தி குறித்தோ அச்சமின்றி அவை வெடித்துக் கிளம்பி வெளிவருகின்றன.

இசைக்கவி ரமணனை நன்கறிந்தவர்கள் இந்தக் கவிதைகளின் அடிநாதமாய் அவருடைய அந்தரங்கப் பாடல் ஒலிப்பதை உணர்வார்கள். மற்றைய மதிப்பீடுகளைவிட மன மதிப்பீடுகள் இந்தக் கவிதைகளின் எடையறியும்.

‘ஊரே ஒதுக்கும் போதும் அன்பே
ஊறிப் பெருகி வருகிறதே!
உண்மைத் தீயின் உச்ச நாவினில்
உயிரின் நர்த்தனம் தொடர்கிறதே!’

என்னும் நிலையை எட்டிப் பிடிக்க முயலும் முயற்சியே முனைப்புடைத் தவம்.

அதனால்தான்,

‘என் இருப்பை
என்னால்கூடக் கருத முடியாதபடி

சின்னஞ்சிறு துளிதான் நான்.
ஆனால் என் காத்திருத்தல்
எந்த முனிவனின் கடுந்தவத்திற்கும் இளைத்ததில்லை'
என்று ரமணன் சொல்வதன் உள்ளீட்டை உணர முடிகிறது.

யோகிராம் சுரத்குமார் குறித்து கவிஞர் இளந்தேவன் ஒருமுறை எழுதினார்:

'நீ- தாகம் எடுக்கும் ஆறுகளுக்கும் தண்ணீர் தருகிற
                                        வானம்
நான் - தரையிலிருந்தே அதிலே கொஞ்சம் தாங்கிக்
                                        கொள்கிற ஏனம்
நீ- விசிறிக்காம்பை செங்கோலாக்கிய விசித்திரமான யோகி
நான் -வீசும் காற்றில் வெம்மை சேர்த்து வேகும்
                                        ஒருசுகபோகி' என்று.

குரு எவ்வளவு பெரியவர் என்பதைக் கண்டுணரும்போதே நாம் எவ்வளவு சிறியவர்கள் என்று புலப்படுவதே முதல் அக தரிசனம். 'நீயும் நானும்' என்ற கவிதையில் ரமணன்,

'நீ யோகி
நான் ரோகியான போகி
நீ வெளிச்சம்
நான், நானே இடறும் இருட்டு' என்கிறார்.

தியானமோ என்ற கவிதையும் ஆலமரக்குகை என்ற கவிதையும் அவருடைய ஆழமான அனுபவங்கள்.

சொல்ல முடியாத சொல்லி முடியாத தரிசனங்கள்.

ரமணனின் அத்தனை வெளிப்பாடுகளுக்கும் அடித்தளம் அமைக்கும் ஆன்மீக அனுபவங்களைத் தாண்டிவருகிறோம். ஒரு கவிஞனின் கூரிய அவதானிப்பில் தட்டுப்படும் தட்டுமுட்டுச் சாமான்கள் வெறும் பட்டியலாய் இல்லாமல்பாட்டியலுக்குள் வருவதையும் காண முடிகிறது.உரிய நிறுத்தத்தை வந்தடைந்த ரயிலில் என்னென்ன நடக்கும்என்னென்ன இருக்கும் என்றெழுதுகிறார்.

'பரிசோதகரின்
தூக்கமுடியாத ஜாதிக்காய்ப்பெட்டி
எப்போதும் மணல்நெருடும் தளத்தில் பரபரக்கும்
காலியான தண்ணீர் பாட்டில்களின்
கழுத்தைத் திருகும் நாராசம்...
ஏணியில் இறங்கத் தெரியாமல்
கடைசிப்படி நழுவி ' பொத்தென்று விழும் பொத்தையர்'
என்றொரு பட்டியலை எழுதுகிறார்.

ஏற்கெனவே இலக்கியம் எழுதிக்காட்டும் பதில்களுக்கு புதிய கேள்விகளை ரமணன் கேட்கிறார். மாலைக்கும் இரவுக்கும் இடைப்பட்ட வேளையை அந்தி என்கிறோம். 'மாலை மறைந்தது அந்தி எழுந்தது' என்கிறார் கவியரசு கண்ணதாசன் 'இரவும் பகலும் உரசிக் கொள்ளும் அந்தி' என்கிறார் கவிஞர் வைரமுத்து.

ரமணனோ,

'கள்ளக் காதலர்கள்போல்
வெளிச்சமும் இருளும் தழுவிக் கிடக்கும் இந்த
வேளைக்கு என்ன பெயர் வைப்பது?' என்கிறார்.

இது அந்தியா, அதிகாலைச் சந்தியா என்றறியாத லயிப்பில் எழுதப்பட்டவர்களென்று உய்த்துணர வேண்டியிருக்கிறது.

தன் இசைப்பாடல்களில் வானம்போல் வெளிப்படையாய் பந்தி வைக்கும் பொருண்மைகளை தன் கவிதைகளில் பொதியில் மறைத்த விடுகதைபோல் பொத்தி வைத்திருக்கிறார் ரமணன்.

'கம்பிகள் வழியே கட்டி நிலவு
பாலாய் ஒரு பாய்போடும்
வேகமாய்ச் செல்லும் மேகங்கள்
கீழே விரையும் நிழல்கள்'..
என்றெல்லாம் எழுதிக் கொண்டே வரும்போது,

'புழக்கடை செல்ல இருட்டைத் தடவி
எட்டுவைத்துச் செல்லும்போது

போர்வைக்குள்ளே புணர்ந்த உடம்புகள்
பொசுக்கென்று உறைந்து கொள்ளும்'

என்பன போன்ற வரிகள் கூட்டுக் குடும்பத்தின் நள்ளிரவை நம்முன் வெளிச்சம் போட்டுக் காட்டுகின்றன.

'உடை நீங்க அம்மணம்
உடல்நீங்க நிர்வாணம்'

'வாழ்க்கை என்பது
ரகசியமும் அம்பலமும்
கண்ணெதிரே கலவி புரியும்
அற்புதம்'

போன்றவை இவர் எழுதிக்காட்டும் இயல் வரையறைகள்.

இந்தத் தொகுப்பில் எனக்கு மிகவும் பிடித்த கவிதை 'பார்த்தன் பார்வையில் பரந்தாமன்'.

'நெஞ்சமெனும் வானத்தின் நிலவே கண்ணன்
நேரிலவன் உயிர்நண்பன்; கும்பிடாலோ
கொஞ்சவரும் சிறுகுழந்தை; தவறுசெய்தால்
கொட்டுவதில் குளவிதோளைக் கொடுக்கும் தோழன்.
விஞ்சிக் கொண்டேயிருக்கும் விஸ்வரூபன்
வீரமிக்க சாரதி விளங்கா மாயன்
வஞ்சகத்தில் கைதேர்ந்த மன்னன் எங்கள்
வாழ்வினொளி; யசோதைக்கோ சின்னப்பிள்ளை'

பாரதியின் கண்ணன் பாட்டு வகுத்த பாட்டையில் விரைந்து செல்கிறது இந்த விருத்த ரதம். இசைப்பாடல்களும் மரபுக்கவிதைகளும்தான் இசைக்கவி ரமணனின் பலங்கள் என்பதை நமக்கும் அவருக்கும் கூட இந்தக்கவிதை நினைவுபடுத்துகிறது.

'மின்னுக்குத் தருமமது மழையாய்ப் பெய்தல்
பெய்தமழைக்குத் தருமம் பின்னிச் சேர்தல்
இன்னீருக்குத் தருமம் நதியாய்ச் செல்லல்
இழைநதிகட்குத் தருமம் கடலில் சேர்தல்

வன்கடலுக்குத் தருமம் நிலத்தைத் தாங்கல்
நிலத்திற்கோ தருமமெனில் எனைநினைத்தல்
நின்தருமம் போர்த்தொழிலே அறிவாய் பார்த்தா
நேரமுனக் கதிகமில்லை ஏறு தட்டில்'

என்று கண்ணனின் குரலாய் கவிதை பிலிற்றும் ரமணன் கட்டொழுங்கு மிக்க வடிவங்களிலேயே கரைபுரள்கிறார்.

மரநிழலில் சாய்ந்து தன் மன ஓட்டங்களை எழுதிப்பார்த்த ஓலைகளை சூரியனுக்குக் கீழே வைத்துவிட்டு பாதையைத் தன் பாடல்களால் நனைக்கப் பயணம் கிளம்புகிறான் பாணன். காற்றில் கலந்து வரப்போகும் கானங்களுக்காகக் காத்திருக்கிறோம் நாம்!!

மரபின் மைந்தன் முத்தையா

உங்களைத்தான் ஒரு நிமிடம்.....

ஒரு நதியில் மலர் விழுந்த போது
அதில் ஜனன மரணம் கிடையாது

வினாக்குறியோடுதான் விதையும் முளைக்கிறது. வேட்கைதான் மனிதனைப் பிறக்கவைக்கிறது.

ஆனால், இதை நாம் உணர்வதே இல்லை! தேடல்தான், பிறப் பாகவும், அதன் இன்னொரு பரிமாணமான இறப்பாகவும் நேர்கிறது என்பதைப் புரிந்துகொள்ள நமக்கு வெகுகாலம் பிடிக்கிறது. அதன் பிறகு, என்ன எது என்று தெரியாமல் எதையெதையோ தேடிக்கொண்டு ஓடிக்கொண்டிருந்த நாம், அர்த்தமுள்ள எதையாவது தேடத் தலைப் பட்டு, ஆழமான ஒன்றில் மனம்லயித்து அடங்குகிறோம்.

அலைச்சலாய் இருந்தது, தேடலாய் மாறிப் பயணமாய்ப் பரிமளிக்கும்போது, தேடல் என்னும் சுமை மலராகி உதிர்ந்துவிடுகிறது. சலனங்களற்ற ஏரியில் படகுத் துடுப்புபோல, உயிரை ஏதோவொன்று செலுத்த, தொடர்ந்து நடக்கிறோம். இதை, நான் கவிதையின் மூலம் தான் அறிந்துகொண்டேன். எனக்கு, பராசக்திதான் கவிதையைக் கொடுத்தாள். ஒவ்வொரு முறையும் அவள்தான் அதைச் செய்து தருகிறாள். என்னைக் கவிஞனாக்குவாள் போலும் என்று நான் அவளை நோக்கி இருந்தபோது, என்னைச் சின்னக் கவிதையாக்கிவிட்டுச் சிரிக்கிறாள். எனில், எது என் கையில்??!!

நான்தேட வந்தேன், அதைத்
தான்பாட வந்தேன்!
என்உயிருக்கு மறுபெயர்கானம்
என்உணர்வுக்கு மறுபெயர்கவிதை

அவ்வளவுதான். இன்னும்இதுபற்றி நீட்டி முழக்கவேண்டியதில்லை.

எனக்கு புத்திபூர்வமான அறிவு கிடையாது. எதையும் நான் கவிதையின் மூலம்தான் புரிந்துகொள்கிறேன். உலக நடப்பை, மனித குணசித்திரத்தின் விசித்திரங்களை, இயற்கையின் மர்மங்களை, காதலின் அவசியத்தை, கண்ணீரின் நிர்மலத்தை, கவலையற்ற நெஞ்சின் கம்பீரத்தை, இன்னும் பலப்பலவற்றை எனக்குக் கவிதைதான் சொல்லித் தந்து வருகிறது. மரணம் உட்பட, எவர் மீதும், எதன் மீதும் ஒரு மரியாதை கலந்த நேசம் எனக்குக் கவிதையால் நேர்ந்தது.

நான் இப்போது சொல்லிக்கொண்டிருப்பது எழுதப்படாமல், ஆனால் எப்போதும் உள்ளே தகித்துக்கொண்டிருக்கும் கவிதை என்னும் கனலைப்பற்றி! எழுதப்பட்ட கவிதைகளில் எனக்குக் கூச்சமே மிஞ்சுகிறது. கவிதை எப்படி எழுத்தில் வரமுடியும் என்ற கேள்வி இன்னும் தீரவேயில்லை.

ஏகாந்த நிலைக்கும், எழுத்து நிலைக்கும் இடைப்பட்ட ஒரு விந்தை நிலைதான் கவிதை. ஞானத்தின் வைகறை. யோகக் கலவி. எதுவும் அப்பட்டமாக இல்லாமல், எல்லாம் ஏற்கனவே தெரிந்ததுபோல் தோன்றவைக்கும் அதீத நிலை. அதை மீண்டும் மீண்டும் சொல்ல முயன்று, தோற்றுத் தோற்று, மீண்டும் மீண்டும் சொல்ல முயன்று தோற்றுக்கொண்டே இருக்கும் தொய்வற்ற தோல்வியின் தோரணங்களே இந்தக் கவிதைகள்.

யாரும் என்னைக் கவிதை எழுதச் சொல்லிக் கேட்கவில்லை என்பதால்தான் எனக்கு இன்னமும் கவிதைகள் வந்துகொண்டிருக் கின்றன. தருவது பராசக்தி என்ற தெளிவு இருப்பதால்தான், அடுத்து ஒரு வார்த்தை வருமா என்பதற்கான உத்தரவாதம் இன்றித்தான் உயிர் இன்னும் நடித்துக்கொண்டிருக்கிறது.

இந்தச் சிறு தொகுதியில் ஓரிரண்டு கவிதைகளைத் தவிர, மற்றவை யாவும் மிக அண்மையில் எழுதப்பட்டவை. அவற்றுள் சில கோவை ஸ்ரீ கிருஷ்ணா ஸ்வீட்ஸ் அதிபர் திரு எம். கிருஷ்ணன் அவர்கள் வீட்டில் தங்கியிருந்த போது எழுதப்பட்டவை. அவரும், உற்ற நண்பர் திரு மரபின் மைந்தன் முத்தையாவும், இந்த நூலுக்கு அணிந்துரை அளித்து அழகு செய்வித்திருக்கிறார்கள். எப்போதும் போல் அவர்களுக்கு இப்போதும் நன்றி.

என்னைத் தனது குடும்பத்தில் ஒருவனாகக் கருதி அன்பு பாராட்டும் கோவை விஜயா பதிப்பகத்தின் அதிபர் திரு மு. வேலாயுதம் அவர்களுக்கும், அவருடைய இனிய மகன் திரு சிதம்பரம் அவர்களுக்கும், வெகுவிரைவில் இதற்கு எழிலான உருவாக்கம் தந்த திரு. ராஜாராம் அவர்களுக்கும் என் மனமார்ந்த நன்றி.

பராசக்தியே வாழ்க்கை என்னும் நதியாக நடக்கிறாள். கரையோர மரத்துப் பக்கவாட்டுக் கிளையிலிருந்து அவளே மலராக என்னை அவளில் உதிர்த்தாள். இனி எனக்கென்று ஒரு திட்டமேது? திசையேது?

எதற்கு?!!

என்னைக் கவிதையாக்கிய அன்னைக்கும், இதைப் புரிய வைத்த என் குருநாதருக்கும், இன்றும் என்னை ரசித்தும் நேசித்தும் ஆதரித்தும் வரும் அன்பு உள்ளங்களுக்கும் என் வணக்கங்கள்.

அன்புடன்,
ரமணன்

பொருளடக்கம்

1. பிறந்தநாள் — 17
2. அன்னைத் தமிழே! — 20
3. அமிழ்தமிழ்தமிழ்தமிழ் — 22
4. சிவராத்திரி — 23
5. இசை தெரியாது — 25
6. புல்லின் நுனியில் — 27
7. நீயும் நானும் — 30
8. வரலாம்...... — 34
9. எனக்கல்லவா தெரியும்! — 36
10. வரவில்லைதானே! — 38
11. உனக்காகத் தானே — 40
12. தியானமோ? — 43
13. ஆலமர குகை — 44
14. பராசக்தியோடு சல்லாபம் - 1 — 46
15. பராசக்தியோடு சல்லாபம் - 2 — 48
16. குருவும் சீடர்களும் — 50
17. எல்லாம் நீதான் — 52
18. தியானம் செய்ய — 53

19. அவர்களைத் தெரியுமா?	55
20. தாய் ஒருத்திதான்!	57
21. வண்டி நின்று விட்டால்	59
22. வளையும் பாதை	61
23. வாழ்வதே வீரம்	64
24. பாட்டியும் டீயும்	67
25. வேம்பு	68
26. அவிழ்த்தால் சிக்கல்	69
27. கூட்டுக்குடும்பம்	70
28. பன்றித்தாய்	72
29. பேரன் எதற்கு அழுகிறான்?	74
30. என்றோ விழுந்த கல்	76
31. மனநலம் குன்றியோருக்காக	78
32. இதுபோதும்!	80
33. கூடம்	81
34. நான்தான்!	87
35. அடையாளம் தெரியவில்லை	89
36. மூட்டை முடிச்சு	91
37. வா!	93
38. பார்த்தன் பார்வையில் பரந்தாமன்	97
39. அக்கினிப் பிரவேசம்	110
40. வீட்டுமரே விடையென்ன?	121

பிறந்தநாள்

(என் வாழ்க்கை முடிந்துவிட்டது; வாழ்தல் தொடர்கின்றது. நீ உன்னை அறிந்துவிட்டாயா? என்று கேட்டால் தயக்கமின்றி இல்லையே என்பேன். நீ உன்னை அறிந்து கொள்வாயா? என்றால் கண்டிப்பாக என்பேன். எப்போது? என்று கேட்டால், எந்தக் கணமும் என்பேன். சரி, இறைவனை நீ கண்டிருக்கிறாயா? என்று கேட்டாலோ இல்லை என்று சொல்ல முடியாதபடி, எங்கோ கிடந்த என்னை, என்னென்ன வெல்லாமோ காட்டி, ஏற்றங்களை அன்றாட அனுபவங்களாக்கிக் கணந்தோறும் தொடர்கின்ற அதிசயமாய்த் துலங்கும் எளிமையின் தலைநகரமான என் குருநாதரை, என் பிறந்தநாளில் உங்கள் முன்னிலையில் வணங்கி நெகிழ்கிறேன்.)

பிறந்து பிறந்து மறந்து மறந்து
இறந்து இறந்து உழன்றவனை
பின்னே தொடர்ந்து பிடித்துச் சொல்லியும்
பிழையாய் மலிந்து நலிந்தோனை
கறந்த சொட்டுப் பாலாய் உள்ளங்
கையில் தேக்கிச் சிரித்தாயே!
காலம் திகைக்க ககனம் வியக்கக்
கண்முன் அனைத்தும் விரித்தாயே!
திறந்த நெஞ்சில் நிறைந்து வானாய்த்
தினமும் தினமும் விரிந்தாயே!
செல்வம் பலப்பல சிறிது சிறிதாய்ச்
செல்லம் கொஞ்சிக் கொடுத்தாயே!
மறந்தி டாதுன் மணிவாய் பருகி

மார்பில் நுழைந்து மறைந்திடவே
மல்கிய விழியுடன் மருகிடும் நெஞ்சுடன்
மண்டி யிட்டேன் குருநாதா!

அன்பின் உச்சம் யாதெனின் அங்கே
அதுதான் நீயென நிற்கின்றாய்
அடக்கம் எளிமை அறிவு பண்பு
அனைத்தும் நீயாய் நிறைகின்றாய்
என்பை உருக்கும் காதல் என்னில்
எங்கிருந் தெனில்நீ சிரிக்கின்றாய்
ஏகாந்தத்தின் இன்பத் துறையில்
ஏதோ படகை அசைக்கின்றாய்
துன்பம் துடைக்கும் இன்பம் கொடுக்கும்
தும்பைக் கைகளி னாலென்னைத்
தூக்கி எடுத்துன் மடியில் வைத்துக்
கொஞ்சிக் கொஞ்சி மகிழ்கின்றாய்
ஒன்று மிலானை உவந்து தழுவி
உச்சி முகப்பதும் என்னேடா!
உன்முன் உயிரே உருகுவ தல்லால்
ஒன்றும் அறியேன் குருநாதா!

யாரை நோக்கினும் ஆறாய்ப் பெருகி
வாரி அணைத்திடத் தோன்றிடுதே!
யாரே எனினும் அதிர்ந்துவிடாமல்
யானைபோல் தலை எழுகிறதே!
ஊரே ஒதுக்கும் போதும் அன்பே
ஊறிப் பெருகி வருகிறதே!
உண்மைத் தீயின் உச்ச நாவினில்
உயிரின் நர்த்தனம் தொடர்கிறதே!
பாரே வியக்க நானே வியக்கப்

பாடல் கணந்தொறும் எழுகிறதே
பலவித மக்களின் பக்கத் திருந்து
பாடுவ தேதொழி லாகியதே!
தேரே! உன்றன் திருவடி யில்நான்
தெருவாய் வளைந்து கிடக்கின்றேன்!
யாரும் அறியாப் பஞ்சுப் பதத்தில்
முத்தமிட்டபடி என்றென்றும்...

அன்னைத் தமிழே!

அன்னைத் தமிழே! அமிழ்தின் வடிவே!
ஆளும் தெய்வம் நீ!
ஆண்டு பலவாய் அழகு வளரும்
அதிசயம்தான் நீ!
இகத்தி லேபர சுகம்தரும் ஓர்
இன்பத் தெளிவே நீ!
ஈன்ற தாயே! நெஞ்சின் தீயே!
என்றன் திசையே நீ!
என்றும் துணையே நீ!
உயிரில் ஒளியை உணர்வில் சுடரை
ஊட்டி வளர்ப்பது நீ!
ஊமைக் கனவை உலகம் கேட்க
உதடு திறந்தது நீ!
எதிரி லேவரும் புதிரையெல்லாம்
உதிர்க்கும் விரலே நீ!
ஏழை நெஞ்சில் வாழவென்றே
இறங்கி வந்தவள் நீ! சொல்
எடுத்துத் தந்தவள் நீ!
ஐயமில்லை அன்றும் இன்றும்
என்றும் ஒன்றே நீ
ஒன்று பலவாய்க் கோலம் விரியும்

ஒயிலின் ஓவியம் நீ
ஔவை பாடி வைகையோடி
மிளிரும் இளமை நீ
ஆயுதங்களின் கூர்மையோடு
மலரும் மென்மை நீ

குறளின் குரலே! கம்பன் மனமே!பாரதியின் முரசே!
அகத்தி யன்முதல் அடிமைவரையில் அருளும் திருக்கரமே!

அமிழ்தமிழ்தமிழ்தமிழ்

அமிழ்தமிழ்தமிழ்தமிழ் தமிழமிழ்தமிழ்தமிழ்
அமிழ்தம்வடிவெ டுத்துவந்த அற்புதமே என்றமிழ்
சிமிழ்திறக்கும் போதிலே திசைவிரிக்கும் வானம்போல்
சின்னச்சின்னச் சொல்லில்வெட்ட வெளிவிரிக்கும் என்றமிழ்

ஆதிசிவன் கையுடுக்கி லேதெறித்த தென்றமிழ்
ஆறுமுகன் கேட்டுத்தலை யாட்டும்போதை யென்றமிழ்
ஆண்டவன்நி கர்த்தமாண்பும் ஆற்றலும் மிகுந்தவன்
அகத்தியன் வகுத்துவையம் ஆளும்தேவி யென்றமிழ்!

கவிதையில் வடித்தமேனி கற்பனைகள் அணிகலன்
நேற்றுநாளை காற்சதங்கை இன்றுதான் அவள்நடை
காதலில் கனல்கலந்த பாதையவள் பார்வையே
காற்றினுக்கும் சுவாசமாகும் கருணையவள் கண்களே

கடல்குடித்துக் கவிதைமடியில் கதைவிரித்த கம்பன்நான்
கனல்வெடித்த காற்சிலம்பின் கதையிசைத்த முனிவன்நான்
இடமனைத்தும் பரவிநிற்கும் இரண்டுவரிப் புலவன்நான்
இந்த்ரவில்லில் மந்திரச்சொல் ஏற்றும் நெல்லைக் காற்றுநான்!

பிச்சைவாங்கி உண்ணும் கையில் பேறனைத்தும் தந்தவள்
பெருமைசிறுமை யாவும்மீறிப் பேரமைதி தந்தவள்
இச்சகத்தில் விட்டமூச்சுக் கர்த்தமொன்று தந்தவள்
என்னைநீக்கி தன்னைத்தேக்கி மின்னுமென்றன் செந்தமிழ்!

சிவராத்திரி

அகம்கடந்த வெளியிலே அலர்ந்திடாத ஒளியிலே
அமைதியென்னும் பேரொலி அடங்கிநிற்கும் துளியிலே
சுகம்கடந்த சாந்தியில் துயர்தொடாத தனிமையில்
சொக்கி பக்கமாய்ச் சிரிக்க சொக்கன் சொக்கி நிற்கிறான்!

இடைவிடாத இருளிலே இடர்விடாத மருளிலே
உடைபடாத தெருளிலே உறக்கமுற்ற உயிரிலே
கடைபடாத வானிலே கறைபடாத வெளியென
இடையொசிந்த தேவியோ டிவன்சிரித்து நிற்கிறான்!

மனம்முழுக்கச் சேறுதான் மலர்கள்போல் சிரிக்கிறான்
தினம்கனக்கும் இருமைதான் திசைமுழுக்க விரிகிறான்
எனக்குளே எனக்கென இறங்குவான் இரங்குவான்
வனத்துவண்டு போல்சிரிக்கும் வாலையோடு நிற்கிறான்!

ஆருமற்ற பகலிலே தாருகா வனத்திலே
ஊருலாவும் நீலமேனி சூலமோடு தோன்றினன்
பேரிலாத குடிலிலே தானும்வந் தமர்ந்தனன்
வீரி மின்னலாய்ச் சிரிக்க வெற்றியாக நிற்கிறான்!

எவைகுணங்கள் எதுகுறை? எவைகுறைகள் எதுகுணம்?
அவையனைத்தும் காண்கிலன் அயர்விலாத அன்புளான்
கவையனைத்தும் பயன்படாத கயவன்காதல் ஏற்றனன்
சிவைசிரிப்பி லேசிலிர்த்துச் சிறுமனத்தும் நிற்கிறான்!

ரமணன்

உள்ளமெங்கும் சிவமுகம்! உயிரிலெங்கும் சிவபதம்!
முள்ளும் முகையும் சிவமயம்! மூச்சு பேசும் சிவகதி!
கள்ளும் தெளிவும் ஓர்நிலை! கயமை தூய்மை ஒருநிறை!
எள்ளனைத்தும் குறையிலை ஐயம் அச்சம் வரவிலை
புள்ளெனச் சிரிக்கும் தேவி பொருந்த எந்தை நிற்கிறான்!

இசை தெரியாது

இசை தெரியாது. பாடுகிறேன்
ஏழுஸ்வரக் காரர்கள்
இந்தப் பக்கமே வராதே என்றார்கள்

இலக்கியம் தெரியாது. எழுதுகிறேன்
யாப்பு தட்டுவதாய் இலக்கணக்காரர்களும்
புதுமையே இல்லையென்று அதி நவீனர்களும்
புறக்கணித்து விட்டார்கள்

பட்டணத்தில் வாழ்ந்தாலும் பட்டிக்காட்டுப் பாட்டே
உயிரியல்பாய் உந்தி வருகிறது..
அக்கிரஹாரத்தில் சங்கடம்
மற்றவர்க்கோ சந்தேகம்..
பாட்டு ஒருநாளும் கவிதையாகாதென்று
மூட்டைகட்டிப் போட்டுவிட்டார்கள்...

மேடைப்பேச்சோ வரவில்லை
வாழ்வெல்லாம் மேடையிலே!
பாதி பாட்டும் பாதி பேச்சும் மீதி உரையாடலுமாய்

எந்தத் தலைப்பிலும்
குருவிடம் கேட்டதே குறுக்கே வருவதால்
சொற்பொழிவு நண்பர்களும் அகௌரவமாய் எண்ணி
நாகரிகமாக நழுவுகிறார்கள்!

கட்டுரை எழுதச் சொன்னால்
இதென்ன கவிதை எழுதுகிறாய் என்கிறார்கள்

அஜீரண சொப்பனத்தில்
பேர்வேண்டும் புகழ்வேண்டும் என்று ஏதோ
பிதற்றிவிட்டேனா? நீயும்
இதுதான் சாக்கென்று பிடித்துக்கொண்டாயா?

யார்காதிலும் விழாமல் யார்கண்ணிலும் படாமல்
உன்காதில் என் சுவாசத்தின் உஷ்ணம்
மெலிதாய்ப் பரவ
இன்றைக்கும் உனக்காகத்தான்
உனக்கே உனக்காகத்தான்
பாடிக்கொண்டிருக்கின்றேன் பராசக்தி!

ஊரில் என் நிழல் உருண்டு புரள
உன் தோளில் உல்லாசமாய்
எனது நிஜத்தின் ஒய்யாரச் சவாரி

என்ன கூத்தோ?
எப்போது முடிப்பாயோ?
எப்படியோ!

புல்லின் நுனியில்

புல்லின் நுனியில்
யாரோ சாய்ந்திருப்பதுபோல்
ஒயிலாய் வளைந்திருக்கும்
யாரையும் காயப்படுத்தாமல்
குறுகிக் கூர்ந்திருக்கும்
எதையோ உற்றுப் பார்த்தபடி
மூச்சடக்கி நிலைத்திருக்கும்
அதில் ஒரு பெண்ணின் மனம் போல
அளக்க முடியாத முனை இருக்கும்

ஆம்
அந்தப் புல்லின் நுனியின் முனையில்தான்
வந்து காத்திருக்கிறேன்
சின்னஞ் சிறிய பனித்துளியாக..
இன்னும் நீங்காத
நேற்றைய இரவிலிருந்து

என் இருப்பை
என்னால் கூடக் கருத முடியாதபடி
சின்னஞ் சிறு துளிதான் நான்
ஆனால் என்
காத்திருத்தல், எந்த முனிவனின்
கடுந்தவத்திற்கும் இளைத்ததில்லை..

எங்கிருந்து வந்துசேர்ந்தேன்?
அதுவும்
இங்கே! இவ்விதம்! இரவில்!
எனக்கு எப்படித் தெரியும்?

வேகம் என்ன என்று அம்புக்கும்
தாகம் ஏன் என்று அன்புக்கும்
தெரிகிறதா என்ன?

வைக்கப்பட்டதன்றி
வாழ்க்கை என்று ஒன்றும் இல்லையே!

ஒன்று மட்டும் நன்கு தெரியும்..
நான் காத்திருப்பது
உனக்காக மட்டுமே

இன்னொன்றும் தெரியும்
இரவின் இருளோடுதான் என் இருப்பு
ஒவ்வொரு காலையும், உன்
ஒளிக்கிரணங்களின் கற்றை விரிப்பு

இதுவும் தெரியும்.
நான் வாழக் காத்திருப்பது
உன் வருகைக்காகவே..

இதன் முடிவும் தெரியும்..
உன் வருகையோடு முடிந்துவிடும்
என் வாழ்க்கை

இருந்தும் நான்
உனக்கே உனக்காக
உயிரின் திவலைப் பிஞ்சாக
உணர்வோடு காத்திருக்கிறேன்.

பறவைகளின் மழலை இசைக்குப்
பரிந்து
படுத்த கடலைச் சிலுப்பியபடி
பொற்கூந்தல் புரளத்
தோளை சுவாசத்தால் நிமிர்த்தியபடி
இருண்ட கிழக்கில்
உயிர் வெளுக்க உணர்வு சிவக்க, நீ
உந்தி எழும்போது,

ஒரு கணத்தின் சதகோடித் துணுக்குத் துளிநேரம்
எனக்கு உயிர் வாழக் கிடைக்கும்!
மார்போடு என்னைத் தழுவிக்கொள்ள
மரணம் அலைபோல் ஓடிவரும்!

அந்தச் சிறுநொடியின் முனையில்
உன்னை முழுதும் காண்பேன்
ஒவ்வொரு துளியாக
உன்னை முழுதும் விழுங்குவேன்

நெஞ்சில் உன்னை நிறுத்தி
நீயாகி விரிவேன்
நீயாகத்தான் கரைந்து முடிவேன்
நின்னில் நான்.

நீயும் நானும்

நீ யோகி
நான் ரோகியான போகி

நீ வெளிச்சம்
நான் நானே இடறும் இருட்டு

நீ நிம்மதி
நான் நீங்காத சஞ்சலம்

நீ உண்மை
நான் நானாய்க் குழம்பும் பொய்மை

நீ தூய்மை
நான் துடைக்க குடியாத கறை

நீ எல்லாம்!
நான் ஏதுமில்லை!!

உனக்கும் எனக்கும் காதல்!
ஊர் காணாத அதிசயம்!!

உன்னால் என்னை விடமுடியாது!
என்னால் உன்னைத் தொடமுடியாது!!

நீ நெருப்பு
நான் நீசம்

நீ ஞானம்
நான் அறியாமை

நீ பணிவின் சிகரம்
நான் ஆணவத்தின் பாதாளம்

நீ தெள்ளத் தெளிவு
நான் சொல்ல முடியாத குழப்பம்

உன்னால் என்னை விடமுடியாது!
என்னால் உன்னைத் தொடமுடியாது!!

பூமியெல்லாம் ஊர்ந்தாலும்
விண்ணேறாது மண்புழு
கண்ணெதிரே தெருமுனையில்
வெண்ணிலா சிரித்தாலும்
வீதிக்கு வாராது!

எதிரே இருந்தாலும், உன்னால்
இறங்க முடியாது
என்னதான் முயன்றாலும், என்னால்
ஏற முடியாது

நான் மாறேன்
நீ மீறாய்

ஆனால்..

மிச்சமின்றி, நிழல்கூட
மிஞ்சாமல் என்னை நீ
தீர்க்கலாமே!
திசை ஏழாய்ப் போய்விடுமா?!

உருத்தெரியாமல்
உன்னில் எந்தன்
உயிரைக் கரைக்கலாமே!

மாட்டாய் நீ!

நான்
தீர்ந்து போய்விட்டால் யாரை நீ
திருத்த முடியும்?!

என்
உயிர் கரைந்து போய்விட்டால், உன்
உளிக்கென்ன வேலையிருக்கும்?!

மரணமற்ற நான் கருமத்திற்குச் செல்லப் பிள்ளை
என் ஒரே ஆனந்தம் நீ
உன் ஒரே ஆச்சரியம் நான்!

வைத்தகண் வாங்காமல்
மையிருட்டைப் பார்த்திருக்கும்
சூரியன் -முள்
தைத்ததுபோல் அசையாமல்
மொத்தமாய் விம்மிக் கிடக்கும்
காரிருள்

உன்னால் என்னை விடமுடியாது!
என்னால் உன்னைத் தொடமுடியாது!!

என்னை
ஒரேயடியாய்த் தீர்க்க
ஒருகணம் போதுமுனக்கு!
உன்முத்தம் என்முக்தி!!
மாட்டாய் நீ!

என்னை
அப்படியே வைத்திருந்து
அழகு பார்க்கத்தான்
ஆசை உனக்கு!

உன்னால் எளிதில் முடிந்ததை
ஒருபோதும் நீ செய்யமாட்டாய்!

நான்
மாற்றமின்றி, ஏற்றமின்றி
மற்றிங்கே எதுவுமின்றி

மத்தியானக் குளம்போல்...
மல்லாந்த ஆமைபோல்...

வரலாம்...

நீ வரலாம்
நீ வரத்தான் வேண்டும்

அதற்காகத்தானே இந்த
வாசல் காதல் கானம் காத்திருப்பு கண்பனிப்பு எல்லாம்?
ஆனால்
வருவது தெரியாமல் வந்துவிடாதே!

மனக்கோலத்தை மாக்கோலமாக்கியிருக்கிறேன்
மத்தியில் உன்னை நிற்கச் சொல்லி, உன்
மண்படாத கால்களில், என்
மருகுதல்களை மலர்களாய்த் தூவி
கொஞ்சம் வானைக் குழைத்துப் பூசி
ரகசியக் கொஞ்சல்களுக்கு ராகம் போட்டு
கண்களை விரித்து உன்னை அணுவணுவாய் விழுங்கியபடி
மெல்ல உன்றன் மென்விரல் பற்றி
வாயார உன்னை வாவென்றழைத்து
சப்பரம் இழுக்கும் பாவாடைச் சிறுமியாய்
வாசல் கடக்கவேண்டும்!
அதன்பின் எனக்கு நிகழ்ச்சிகளில்லை. எனவே
வருவது தெரியாமல் வந்துவிடாதே!
வாசலில் உன்னை வரவேற்காமல்
கோணலாய் நான் கிடக்கும்

கூடத்தில் நீ எதிர்ப்பட்டால்
நாணத்தில் என் சொர்க்கம்
நரகவண்ணம் பூசிக்கொள்ளும்
அரவம் விழுங்கிய நிலவாய் என்னை
ஆக்கிவிடாதே!

சொல்லி வரவேண்டாம்..வருவதைத் தெரியவை!
மழைவருமுன் மண்வாசனை போல
விழி பனிக்குமுன் வெம்மை போல
வேரில் நீர்தொட மேற்கிளை சிலிர்ப்பதுபோல

ஏதேனும் ஒரு
முகமன் காட்டு. பின்பே
முகம் காட்டு.
முத்தமே முத்தத்திற்கு முகூர்த்தம் போல!

எனக்கல்லவா தெரியும்!

எந்தக் களையுமே இல்லாத
எனக்கே காணச் சகிக்காத
கரடுமுரடான ஒழுங்கற்ற
கல்லாகத்தான்

அந்தச்
சாலையின் நடுவே
அருவருப்பின் குரூரமாய்..
என்னை முடிக்காமல் குதூகலிக்கும் விதியைச் சபித்தபடி
வீழ்ந்து கிடந்தேன்

வந்தாய் நீ!
வானமெல்லாம் தன்னை
மேகங்களாகப் பிரித்துக்கொண்டு
வாஞ்சையுடன் உன் கணுக்காலை
வந்துவந்து முத்தமிட

பாதையெல்லாம், உன்
பாதங்கள் பட்டும் படாத
பரவசத்தில் சிலிர்த்துப் பாரிஜாதங்களாக

என்ன செய்வதென்று தெரியாமல்
மரங்களும் கொடிகளும் இலைகளை இழந்து
மலர்களாகிக் கொழிக்க

நிலைகொள்ளாத அதீதத்தில்
அகாலமாய்ப் பொலபொலவென்று
பொழுது புலர்ந்ததில் நிலவு திணற

இந்தக் களேபரத்தைச் சாக்காக்கி
நட்சத்திரங்கள் நழுவி, உன்றன்
கால்களில் கொலுசாகிக் கொஞ்சிக்கொள்ள

நதியில் விழுந்த மலர்

எங்கிருந்தோ
வெட்ட வெளிக்குள், பிரபஞ்சத்தைத்
தட்டிவிட்டது போல்
உன்
கட்டை விரலால் என்னை
கங்கைக்குள் எத்தினாய்
அந்தக்
கணத்திலும்
கவலைகளை, பன்னீர்த்
திவலைகளாக்கும்
உன்
புன்னகையைக் கண்டு
பூரித்த ஞாபகம்.

இன்று
ஆற்றின் அடிமணலில்
அதனுடைய நெஞ்சமே போல்
கதிரவனைப் பிரதிபலிக்கும் மணிவயிரக் கட்டியாக
நிர்மலத்தின் சின்னமாக
நெகிழ்ந்து கிடக்கிறேன்

எல்லோரும்---
கங்கையின் தூய்மையும்
கருணையும்
காதல் மண்டும் அலைக்கரங்களும்
கதிர்குளிரும் தண்மையும்தான்
கல், வயிரமான
கதைக்குக் காரணம் என்கிறார்கள்

எனக்கல்லவா தெரியும்?
எத்திவிட்ட கட்டை விரலிலும்
என்னைக் கண்டு புன்னகை செய்த
பவள நகத்தின் மகத்துவம்!!

ரமணன்

வரவில்லைதானே?

வரவில்லைதானே? இல்லை
வந்து சென்றுவிட்டாயா?
ஐயம் தெளிந்தால் அவமானம் மிச்சம்
பாப்பிருக்கக் கூடுதொட்டுப்
பறக்குமோ தாய்ப்பறவை?

நடுநிசி நெகிழ்வில், என்
நட்டநடு நெஞ்சிலிருந்த
உடுக்களை உயிர்த்துகளை
உதிர்த்துவைத்தேன்

பவளம் மினுக்கும் பாரிஜாதங்களில், உன்
பாதம் பட்டதாய்த் தெரியவில்லை
கள்ளத்தனமாய் நீ காலெடுத்து வைத்தாலும், மாமரத்துக்
கிள்ளை உன்னைக்கண்டு கேலிபேசாதிருக்காது!
உன்பாதம் தொட்ட தென்றல், ஓரிடத்தும் நில்லாமல், என்
உள்ளத்தில் பதியமிடும்,
உன் வாசம் சுவாசமாகும்
அகலாமல் நிலவுநின்று பகலைத் தடுத்திருக்கும்

இல்லை! நீ வரவில்லை
இமையோரம் ஈரமுண்டு இதயத்தில் சிலிர்ப்பில்லை
எதிர்பார்த்து வாடுவதும் ஏகாந்த சோகத்தில்

நதியில் விழுந்த மலர்

சந்தேகம் வந்தென்னைச் சபித்துக் கொள்வதுமாய்
இரக்கமற்றது ஏழையின் வாழ்க்கை

இன்னும் உயிர் வாழுவது, உன்னைக்
கண்டு வளரவல்ல!
கண்டகணம் கால்தொட்டுக் கண்மூடத்தான்

வாழ்வெல்லாம் வாசலிலே வாடி நிற்பதா? நீ
வந்துசென்றாய் என்றெந்தன்
நொந்தமனதை நம்பவைத்து
வழியில் உதிர்ந்து முடிவதா?

நான் மலர்
உன் பாதமே தலை.

உனக்காகத்தானே

ஒரு மலர்தான்
ஒரே ஒரு மலர்தான்
புழுங்கிய மனமெனும் மொட்டு
போதவிழ்க்கப் போதுமாயிருந்தது

ஒரு துளிதான்
ஒரே ஒரு துளிதான்
முடங்கிக் கிடந்த சிப்பிக்குள்ளே
முத்து முகிழ்க்கப் போதுமாயிருந்தது

ஒரு சொல்தான்
ஒரே ஒரு சொல்தான்
உடைந்து கிடந்த உயிர்தன்னை
உணர்ந்துகொள்ளப் போதுமாயிருந்தது

இத்தனை இத்தனை
மலர்களில் துளிகளில் சொற்களில்
உள்ளம் திறப்பது எந்த மலர்?
உயிரைத் தருவது எந்தத் துளி?
உணர்வைக் கொடுப்பது எந்தச் சொல்?

ஆ!
வெட்கத்தை விடவும்
வேதனை ஒன்றுண்டோ?

நதியில் விழுந்த மலர்

பாதிவரை மலர்கள் சூழ்ந்த
வீதியோர மரமொன்றின்
பக்கவாட்டில் சாய்ந்து
எங்கோ லயித்தபடிக்
கண்கள் திறந்திருந்தேன்..

ஒரு
சிட்டிகைச் சத்தம் கேட்டது
செவியில் யாரோ சொன்னது போலிருந்தது :
எந்த மலரும் தான் மலர்வது
உந்தன் நெஞ்சை விரிக்கத்தான்
எந்த மலர் எந்தன் மலரென்று
தேடாமல் பார்க்கத் தெரிந்தால்
உந்தன் மலர் உந்தன் எதிரே!

உந்தன் உயிரை உயிர்ப்பிக்கத்தான்
ஒவ்வொரு துளியும் விழுகிறது
கதவைத் திறந்து வைப்பதும்
கண்ணைத் திறந்து பார்ப்பதுமே
தவம் என்று புரிந்தால், அது
தப்பாமல் வந்து நாவில் விழும்

ஒவ்வொரு சொல்லும் பிரபஞ்சத்தில்
உன்னை நோக்கிச் சொல்லப்படுவதுதான்
உயிரை அப்படியே ஒன்று திரட்டி
உடம்பை ஒற்றைச் செவியாக்கி
உற்றுக் கேட்டால்
ஒருசொல் கூட மிக அதிகம்!

சிரித்தது திருவாயா!
சின்னக் கால்களின் சித்திரச் சதங்கைகளா!

புரியாதது புரியும்போது
பொங்கி வருகின்ற நாணத்திலிருந்து
தப்ப வழியே இல்லை
தலைகுனிந்தபடி இருப்பதுதான்
தரிசனம் வரை தொடரும் எல்லை

சரி
போதி மரமென்று
பொறுக்கி எடுத்தா உட்கார்ந்தான்?
உட்காரத் தீர்மானித்தால்
ஒதிய மரத்தின் கீழும்
நிழலாய்க் கவிந்து கப்பாதோ
நிர்வாணம்!!

தியானமோ?

சீவிவிட்டான் இளநீரை
இங்கே கழுத்தைக் காணவில்லை
பஞ்சுமேகம், நட்சத்திர மண்டலங்கள்

கொஞ்சம் இங்கும் கொஞ்சம் அங்குமாய்க்
கோள்கள்,

எங்கோ வெடித்து முடிந்தாலும்
இங்கே இப்போதுதான் வந்து சேர்ந்திருக்கும்
எரிகோள ராகம்,
ஓயாமல் ஏதேதோ குமுறியும் குழம்பியும்
சீறியும் வெடித்தும் சிதறினாலும்
எந்த சத்தத்தையும் சம்மதிக்காத
இம்மியும் பிடி தளராத
பைசாச மௌனத்தின் சீழ்க்கை
வெட்ட வெளியெங்கும் விம்மிக்கொண்டிருக்க,

ஏதோவொரு விளிம்பைக்
கடக்கமுடியாமல் திடீரென்று முளைத்து
நின்ற இடத்தில் துழாவுகின்றன கால்கள்

கண்குத்தியபடி பக்கத்தில்
காத்திருந்தது கழுத்து
எவன்போய் எடுத்துவைத்துக் கொள்வது?

ஆலமர குகை

ஆலமர குகையை
அப்படிச் சுலபமாய் மறந்துவிட முடியாது

செம்மலையின் வெயில் குவியலைத்
திருடித் தேக்கிவைத்துக்கொண்டு
இரவெல்லாம் புரட்டிப் புரட்டி
என்ன சுவாரசியமோ?!

ராமுழுக்கப் பிராணாயாமம்.
உயிர் தீப்பற்றிக்கொள்ள
உடம்பெல்லாம் திராவகம் வழியும்

தேகமெல்லாம் ஒரு கண்ணாய்த் திறந்து
அசுரப் பார்வை பார்த்தாலும்
இருட்டு புலப்படாமல் சிரிப்பதை
முகவாய்க்கருகே ஏதோ
ஒளியொன்று முளைத்துக் காட்டும்..

நெற்றி சுருங்கி ஊசி முனையில்
சுமார் நூறு சூரியன்கள்
ஒரே சமயத்தில் குடியேறி உயிரைக் குடைய
பதறிப்போய் சுவரைத் தடவினால்
உடைந்த ஸ்விட்சில் மோதிர விரல்பட்டு
உடம்பை விசிறிப்போட

தவழ்ந்து வெளிவந்து
அரைவேட்டியால் துடைத்துக்கொண்டு
தண்ணீரைப் பருகி தலையெல்லாம் நனைந்து
மீண்டும் குகைக்குள் என்னை
மீட்கப் போவேன்

நான்தான் காமம் என்றிருந்த நாளெல்லாம் போய்
இதென்ன வீக்கங்கள்? என்று பிரமித்த
ரிஷ்ய சிருங்கராகி
திறந்த கண்ணும் உறைந்த உணர்வுமாய், ஒரு
தெளிவின் நிலைவாசலில்
பிராணன் தொண்டைக் குழியில் பேதலித்தது.

சீனர்போல் தொங்கு மீசையுடன்
தங்கப் புன்னகை வரைவு ஒன்று.

திடீரென்று இரண்டு விரல்கள்
கவட்டையாகித் தொண்டையைக் குத்தின.
பிராணன் மட்டும்
ஏறி இறங்கி ஏறி இறங்கி
ஏறி ஏறி
ஏறி ஏறி

அவரை அப்புறம் காணவில்லை
என்னையும்தான்.

(அண்மையில், ஓர் இடர்ப்பாடான ரயில் பயணம். பசி, தூக்கம் இன்மை, தாமதம், மற்றவர்கள் எனக்காகக் காத்திருத்தல் போன்ற ஒன்றுக்கொன்று தொடர்பான பலப்பல சங்கடங்கள். நான் அப்போது எப்படி இருந்தேன் என்று பார்த்தேன். நன்றாய்த்தான் இருந்தேன் என்று என்னுடைய சிறு கவிதைகள் இரண்டு சொல்லின! அவற்றுக்கு, பராசக்தியோடு சல்லாபம் என்று பெயர் சூட்டியிருக்கிறேன். இதோ சல்லாபம் ஒன்று!)

பராசக்தியோடு சல்லாபம் – ஒன்று

பசியினி லேவரும் துயிலினி லேயென்
பார்வைகள் மறைந்தாலும், இன்னும்
பலயுக நேரம் பயணம் இந்தப்
பாதையை மறைத்தாலும்
நிசியினில் வானில் நெகிழும் நிலவாய்
நெஞ்சம் இருக்கிறது
நெருக்கடி நடுவே நீலப் பூவாய்
நின்முகம் சிரிக்கிறது!

நேரம் என்பது தொலைவா? இல்லை
தொலைவே நேரம்தானா?
நெருங்க நெருங்க நீளுவதெல்லாம்
நெஞ்சைக் கரைக்கத்தானா?
பாரம் இருக்க தூரம் இருக்க
பஞ்சாய்ச் சிரிக்கும் நெஞ்சே! உன்
பார்வை என்னும் அமிழ்தம் பருகிப்
பயணம் தொடரும் இங்கே!

எத்தனை இடர்கள் எதிர்வந்தாலும்
எந்தன் பயணம் தொடரும், அதில்
எல்லாம் இழந்து விழுந்த போதும்
புன்னகை இதழில் படரும்
பித்தால் உன்னைப் பெற்றேன், இனிநான்
பெறுவதும் இழப்பதும் ஏது? உன்
பிள்ளை முகமும் பெயரும் தவிர
எதையும் மனமறியாது

சேயாய் வந்து தாயாய் என்னைச்
சீராட்டுவதுன் பெருமை, நீ
செல்லம் கொஞ்சச் சித்தம் சிலிர்த்துச்
சிறுமழை தூவுவதருமை!
தீயாய்த் தொடர்ந்த தெருவை, நினைப்பால்
தேனாய் மாற்றிய மாயே!
திசையெங் கும்பல திரையானாலும்
தெளிவைத் தந்தவள் நீயே!

தேடும்படி நீ எங்கோ இல்லை
திசையெல்லாம் உன் எல்லை
தழுவும்படி நீ அருகிலும் இல்லை
நெருங்கிட விலகும் எல்லை
நாடும் எண்ணம் நல்கியதும் நீ
நகர்ந்து செல்வதும் நீ! எந்த
நாளோ இந்தப் பஞ்சுத் துகளை
அணைத்துக் கொள்ளும் தீ?

பராசக்தியோடு சல்லாபம் – இரண்டு

உனக்கும் எனக்கும் இருக்கும் நெருக்கம்
ஒருவருக்கும் தெரியாது
ஊருக்கே இது தெரிந்த போதும்
ஒரு சிறிதும் புரியாது
எனக்கும் எனக்கும் இருக்கும் நெருக்கம்
இதைவிடவும் அது நுண்மை
உனக்கும் உனக்கும் இருக்கும் நெருக்கம்
அதைவிடவும் இது உண்மை!

நீயும் நானும் ஒன்றே என்றால்
யாரும் நம்ப மறுப்பார்
நிழலும் ஒளியும் போல் என்றாலும்
நெஞ்சு பதைத்து வெறுப்பார்
நீ நீயேதான் நான் நானேதான்
என்றே அவர்கள் நினைப்பு
நித்திலம் இரைத்தது போலே வானில்
நீளும் நமது சிரிப்பு

ஒன்றே இரண்டெனும் உண்மை உலகுக்கு
ஒருநாளும் புரியாது
அழகை, ஒயிலை, மாயை என்னும்
அறிவால் பயன்தான் ஏது?

என்றும் அவர்கள் அவராய் இருக்க
இங்கே நீயும் நானும்
எதிரே எதிரே நாமாய் இருந்து
நேசக் கவிதை படிப்போம்

யாரோ ஏதோ சொன்னார் என்று
நீபோய் மாறிவிடாதே!
நீரின் குரலைக் கேட்டுத் தீயே
நெருப்பை இழந்துவிடாதே!
ஊரா உண்மை? ஊரா முக்கியம்?
உனக்கும் எனக்கும் நெருக்கம்!
ஒருநாள் இதனை உலகம் அறிந்தால்
உயிர்கள் மலர்ந்து சிரிக்கும்!

குருவும் சீடர்களும்

அந்த
ஆலமரத்தடியில் ஒரு வாலிபர்
தன்னுள் தனக்குத் தானே
ஏதோ பேசிக்கொண்டிருக்கிறார்
எதைப்பற்றியும் இல்லாமல்

தற்செயலாய் இதைக்கேட்ட
நாலு வயசாளிகள்
தங்களுக்குள் அவர் பேச்சைக் கேட்டபடி
அன்றைக்கு உட்கார்ந்தவர்கள்
இன்றைக்கும் எழுந்திருக்கவில்லை

உரையாடவும் உறவாடவும்
ஒவ்வொருவருக்கும் ஒரு பாஷை
தேவைப்படுகிறது
போதாததாகவும் இருந்து வருகிறது
காதலே தாய்மொழி என்று
கண்டுகொண்டவர்களுக்கு
போதாமையில் ஒரு
போதை இருக்கிறது!

வாலிபருக்கும் வயசாளிகளுக்கும்
மௌனம்
போதுமான மொழியாய்

ஒரே தேவையாய்
ஒட்டுமொத்தமான தீர்வாய்த்
தொடர்கிறது
நிறுத்த முடியாமல், எல்லாவற்றையும்விட
உரத்துத்தான் ஒலிக்கிறது

பார்க்க மட்டுமே தெரிந்த நமக்கு
கேட்கவும் சற்று புரிந்துவிட்டால்
தேவைப்படாத பாஷை
தடையாகவும் இருக்காது

கலையாமல் தூக்கம் புரியவில்லை
கலக்காமல் நீரை அருந்தமுடியவில்லை
வண்ணமில்லாமல்
வானம் தெரியவில்லை
அசைக்காமல் மலரைக்கூட
ரசிக்கத் தெரியவில்லை நமக்கு.

வாலிபருக்கு வயசே ஆகவில்லை
வயசாளிகள்
ஆன வயதே போதுமென்று
ஆனந்தமாய் இருக்கிறார்கள்

இதோ நுழைந்துவிடுவோம் என்றுதான்
தாழவந்த விழுதுகள்
தரையைச் சீண்டியபடி இருக்கின்றன
ஆனையின் தும்பிக்கையாட்டம்.

எல்லாம் நீதான்

எல்லாம் தெரிந்தவன் நீ
எனக்கோ உன்னைத் தவிர
எதுவும் தெரியாது

எல்லாம் சலிப்பாய் இருக்கிறது
எப்போதேனும் எதிலேனும் நீ
எதிர்ப்பட்டால்
எதுவும் உவப்பாய் இருக்கிறது

உன்னைத் தெரிந்தது
உன்னை அறிந்ததாய் ஆகாது

கரையிலே எறியப்பட்ட மீனுக்கல்லவா
கடலின் அருமை புரியும்?
அருமைதான் ஆழமென்று
அறிவு கனவில் பேசும்

என் கண்ணின் முன்பு நானே
இறக்கும் தறுவாயில்தான்
என்னை அறிவேன்
இறந்தும் இருக்குமந்த
இனம்புரியா நிலையில்தான்
உன்னை அறிய முடியும்
அறியும் கணத்தின் துவக்கத்தில்
அடியோடு முடியும் என் கதை

தியானம் செய்ய

தியானம் செய்ய இடம் கேட்டேன்
குறும்புக்கார தாடிக் கிழவர், ஒரு
குடிசைக்குள் தள்ளிவிட்டார்
இருட்டு. யார் யாரோ
இரைச்சலாய் சுவாசிக்கிறார்கள்
இருந்து பழகினால்
வெளிச்சமில்லாது போனாலும்
இருட்டைப் பார்க்கக் கூடும்

முகவாயில் முளைக்கும்
வினோத ஒளியின் தயவில்
இழைகளாய் இங்குமங்கும்
வழவழப்பாய் பளபளப்பாய்
வகைவகையான பாம்புகள்
அட! இதிலுமா வண்ணங்கள் என
ஆபத்தை மறந்து
ஆச்சரியம் கொண்டபோது

பக்கத்திலிருந்து
படமெடுத்த பாம்பொன்று
பட்டென்று கொத்தியது.

விடமேற விடமேற, உயிர்
விடைபெற்றுக்கொண்டு, ஒரு

விளிம்பல் சரிந்து நழுவும்போது
இன்னொன்று கொத்தியது.
வெளிவந்து விழித்த உயிர்
இன்னொரு நஞ்சுக்கு அஞ்சி
விறுவிறுவென உள்ளேறியது.

இப்படித்தான்
கொத்தி இறங்கி
கொத்தி ஏறி
விடமென்றும் படமென்றும்
மாறி மாறி மரித்து ஜனித்து
விடத்தை விடமுடியாமல்
விடத்தால் பயனுமில்லாமல்
நகர மனமில்லாமலோ முடியாமலோ
நாகமாகச் சுருண்டு கிடக்கிறேன்.

இப்போதெல்லாம்
கவிதை எழுதுவதில்லை
காதலிப்பதும் இல்லை
எவர் கண்ணிலும் படாத
ஏதோவொரு காதற் கவிதையாக
எங்கோ இருக்கிறேன்

என்ன? உங்களுக்கு
தியானம் செய்ய இடம் வேண்டுமா?

அவர்களைத் தெரியுமா?

அவர்களுடைய
முகம் கொஞ்சம்தான் தெரியும்
முந்தாநாள் கனவுபோல
பெயரா? கேள்விப்படாத
ஊர்போல..

கதவைத் திறந்தால்
காலில் விழுகின்றன நாளிதழ்கள்.
சிலீரென்று சிரிக்கிறது பாக்கெட் பால்.
பூப்போல வந்து
பூவை அழியில் கட்டி, ஒரு புன்னகையை
உபரி உதிரியாய் விட்டுச் சென்றிருக்கும்
பூவம்மா.
அப்பா என்று அழைத்து
கூவிய விலைக்குக் குறைவாகவே
காய்களைத் தானே பொறுக்கி எடுத்து
பாசக்கை பட்ட கையோடு
இனாமாக ஏதேனும் தந்து மகிழ்கிறாள்
என் பருத்த மகள்.

அருகதையற்ற உபசரணைகள் தோளை அழுத்த
வீடு திரும்பும் வழியில்
கரும்பச்சை மலச்சேறு பளபளக்கும் மகுடமாய்

உயிரை உறையவைக்கும் ஓரச் சிரிப்போடு
பாதாளச் சாக்கடையிலிருந்து
உயிரோடு முளைக்கும் தோழன்.

அதிர்ந்த நெஞ்சில் இதுபோல்
எத்தனையோ பேர்களின் அணிவகுப்பு.

ஊர்தந்து பேர்தந்து
குடிவாழ்வு என்கின்ற
கௌரவமும் தந்து
மொத்த சுகங்களையும், என்
முகவரியாய்த் தந்துகொண்டிருக்கும்

அவர்களுடைய
முகம் கொஞ்சம்தான் தெரியும்
முந்தாநாள் கனவுபோல
பெயரா? அது
கேள்விப்படாத ஊர்போல..

தாய் ஒருத்திதான்!

என்னை நன்றாய் அறிந்தாலும், என்னில்
எத்தனை குறைகள் இருந்தாலும்
தன்னுயி ருக்கும் மேலாக, என்னைத்
தாய்போல் எவரே நேசிப்பார்?..

ஊரை ஊட்டி வளர்த்தவள்தான், என்
உதட்டில் கனக முலைவைத்தாள், என்
பேரைக் கூவும் போதெல்லாம்
பீறிடும் நெஞ்சில் ஒருவெள்ளம்!

மனமோ மழலைப் பூங்கொத்து
மடியில் வானும் சிறுவாடு! அவள்
கனவே கட்டளை என்றேற்றுக்
கடவுள் கடமை செய்கின்றான்!

ஞானியர் வணங்கும் தேவியவள்
நலம்யா வைக்கும் ஆவியவள்
மானிடர் தேவர் யாவர்க்கும்
மாற்றில்லா உயிர் சுவாசமவள்!

மடியாய் விரிந்த பூமியவள்
மனம்மிக வறிந்த சாமியவள்
விடியல் தென்றல் விரிகடலெல்லாம்
வியந்து போற்றும் சக்தியவள்!

அன்னை ஒருத்தி தானுண்டு
அவளுக் காயிரம் முகமுண்டு
தன்னைத் தருவதில் சுகமுண்டென்று
தரைக்கு வந்த நிலாத்துண்டு!

இறைவன் தாயை இறக்கிவைத்தான்
இறங்கி ஒருநாள் இளைப்பாற
கறைகள் களையும் கங்கையவள்
கலியை விரட்டும் சிங்கமவள்!

இறைவன் என்பதும் அரிதாரம்
இவளே இவளே அவதாரம்!
மறைவில் சுடரும் மாதரசே! என்
மனமெல்லாம் உன் பாதமடி!

அண்டத் தினிலே அன்னைபோல்
அதிசயம் வேறே இல்லையடா!
கண்ணுக் கினிய தெய்வமடா! எந்தக்
கடவுளும் அவள்முன் பிள்ளையடா!

வண்டி நின்றுவிட்டால்

அசந்து தூங்கிவிட்டேன் போல!
மேகத்தால் முகம்துடைத்துக்கொண்ட நிலாவைப் போல்
மனம்.

பார்த்தால் யாரையும் காணோம்
எல்லோரும் போய்விட்டிருந்தார்கள்

பின்னே?
வண்டி நின்றுவிட்டால்
அவரவர் பொருள்களை எடுத்துக்கொண்டு
இடைவந்த உறவுகளை மிதித்துக்கொண்டு
அவசரம் அவசரமாய் இறங்கிவிடுவார்கள்தானே?

பரிசோதகரின்
தூக்கமுடியாத ஜாதிக்காய்ப்பெட்டி
எப்போதும் மணல்நெருடும் தளத்தில் பரபரக்கும்
காலியான தண்ணீர் பாட்டில்களின்
கழுத்தைத் திருடும் நாராசம்..
ஏணியில் இறங்கத் தெரியாமல்
கடைசிப்படி நழுவிப்
பொத்தென்று விழும் பொத்தையர்
வண்டி உள்ளே நுழையும் முன்னேயே
வந்தாச்சு வந்தாச்சு என்று

செல்லை நம்பமுடியாத பெருங்குரலோர்..
கூலிகளின் குரலை முந்தும் உழைப்பாளர் வியர்வை
இறங்கமாட்டேன் என்று
பிடாரி அவதாரமெடுத்துப்
பீறிடும் குழந்தைகள்
அப்போதும் இல்லை அப்போதுதான் வந்ததுபோல்
உபாதை தீர ஓடுவோர்கள்.
மென்மையான பொருட்களின் கனமான ஓசைகள்

இத்தனைக்கும் எழுந்திருக்காமலா
தூ..ங்கி..விட்டேன்?!

நிலையத்தில் வண்டி நிற்கிறது
ஏனோ வெளியில் இருட்டு
உள்ளே இருட்டைக் காட்டும் ஒளி
ஏனென்று தெரியவில்லை எழுந்திருக்க முடியவில்லை
எங்கிருந்து இறங்க?

விழித்துக்கொண்டிருக்கிறேனா?
சொப்பனத்தில் தூங்கிக்கொண்டிருக்கிறேனா?
என்ன பெரிசாய் வித்யாசமென்று
இழுத்துப் போர்த்திக்கொண்டேன்

வளையும் பாதை

இது மனமா?
இல்லை வானமா?
இல்லை வானமே ஒற்றை மேகமாக மாறிவிட்டாதா?

வீதியில் நான் நடக்கும்போதும், என்
விரலை ஒரு
பிஞ்சு மேகம்தான்
பிடித்துக்கொண்டு நடக்கிறது

புழுதியில்லை..காற்றின் அலட்டலில்லை
ஒரு
பொற்சிலைச் சிவனின் புன்னகை போலப்
பொடித்தூறல்..

தெரிந்தும் தெரியாமல்..இடைவிடாமல்
விட்டுவிட்டு விழுகின்ற திவலைகளால்
தெளிவுக்குத் திரையே விளக்கமாகும் விசித்திரம்!

சாலையிலே ஈரமிருக்கிறது
நேற்றிரவில் கன்னத்தை நீ
கவ்வி இட்ட முத்தத்தின் நினைவு போல

தற்செயலாய் வந்ததுபோல் பாவனை காட்டித்
தானே அதில்வந்து வீழ்ந்தமலர்போல்

உன்முகம் அதிலும் வந்து என்னை
உற்றுப் பார்ப்பது எதற்கோ!

கள்ளக் காதலர்கள்போல்
வெளிச்சமும் இருளும் தழுவிக் கிடக்கும் இந்த
வேளைக்கு என்ன பெயர் வைப்பது?
காலையின் வெண்மையும் இல்லை
மாலையின் செம்மையும் இல்லை
இரவின் தனிமை மட்டும்
இருப்பதுபோல் தொடர்கிறது, ஓர்
இடைஞ்சலற்ற நிசப்தம்

இருப்பது எங்கே?
நடப்பது எதை நோக்கி
எதுவும் தெரியாமல்தான், அதோ
வளையும் பாதையில்
வளைகிறது வாழ்க்கை

வளைவுதான், வெற்று இருப்பில்
வனப்பைக் கொண்டுவந்து சேர்த்து
வசீகரிக்கிறது

என்ன இருக்கும் அந்த வளைவில்?
பாசை படிந்த பாறையின் ஓரம், தன்
பட்டுக் கண்களால், ஒரு
நீலமலர் கண்சிமிட்டி
நெஞ்சு லேசாகிப் போகுமோ?

சட்டையைக் கழற்றிவிட்டுச்
சகியுடன் புணர்வதற்காகப்
பளபளவென்று சாலயைக் கடக்குமோ
படமொடுங்கிய பாம்பு?

அவசரம் மிக அவசரமென்று
பரவசமாகக் குறுக்கே
பறக்குமோ ஒரு சிட்டுக்குருவி?

எது விலகிச்சென்றதென்று
என்னை அறியவிடாமல்
புதர்கள் சிரித்துக்கொள்ளுமோ?

ஆயிரம் வசந்த காலங்களை
அள்ளிப் பூங்கொத்தாக்கி
அதரம் குவித்து
அவற்றை முகர்ந்து மகிழ்ந்தபடி

இதயத்தை மீட்பின்றி
இன்னும் இன்னும்
கண்களால் கவர்ந்தபடிக்
காத்திருப்பாயா நீ!

வாழ்வதே வீரம்

ஏதோ
சொல்லத் துடிக்கும் இதயம்போல்
புல்லின் நுனியில் பூரிக்கும்
சின்னப் பனித்துளி வாழுவது
ஒன்றோ இரண்டோ நிமிடந்தான்

ஆனால்
வண்ணக் கதிரவ னைத்தழுவி
வாரி விழுங்கிக் களிக்கிறது!
வண்ணக் கற்றை விரிக்கிறது!
வாழ்ந்து வாழ்த்திக் கரைகிறது!!

உயரே எங்கோ வெறிக்காமல்
உன்கா லடியில் உற்றுப்பார்
முயற்சி என்னும் கவிதைக்கு
முழுமை வழங்கிப் புழு நெளியும்

பதிந்த கால்கள் மிதித்த புல்லுன்
பாதம் விலகிய கணம் நிமிரும்!
உதிர்ந்த மலரே உரமாகி
உயிர்க்கும் புதிய மலர்நூறு!

முட்டையை விட்டுத் திடுமென்று
முழுவுல கத்தைப் பார்க்கிறதே
சட்டையைத் தேடி அலைகிறதா?
சபையைக் கூட்டி அழுகிறதா?

ஒவ்வொரு கணமும் உயிர்போகும்
துயரம் நிழ்லாய்த் தொடர்ந்தாலும்
ஒவ்வொரு பறவையும் பறக்கிறது!
உயிரை உருக்கி இசைக்கிறது!
உயிரை அள்ளிப் பறக்கிறது!
ஒளிந்த கதிரை மறுபடியும்
உலகுக் குள்ளே இழுக்கிறது!

மண்ணில் அழுந்தப் புதையாமல்
எந்த விதையும் விழிக்காது
மண்ணைக் குடைந்து முயலாமல்
எந்த உயிரும் துளிர்க்காது

ஆசைப் படுவதை அடைவதல்ல
அயரா உழைப்பே வாழ்வாகும்!
நேசத் திற்காய் ஏங்காமல்
நெஞ்சை விரிப்பதே உயர்வாகும்!

எந்த நிமிடமும் நம்மைவிட
ஏழைகள் ஊனர்கள் எத்தனைபேர்!
சொந்தமே யின்றிச் சுகமென்னும்
சொல்லறி யாதோர் எத்தனைபேர்!

நமது துயர்களை நாம்நெய்தோம்
நம்மீ தம்புகள் நாம்பெய்தோம்
சுமையே வாழ்வாய்த் துவள்வோரின்
துயர்கண் டால்நம் துயர்விலகும்!

காய்ந்து துவண்டு போனாலும்
கன்னம் கன்னிப் போனாலும்
வாய்திறந் துநகை மின்னல் வீசி
வாழ்வுக் கொளிதரும் ஏழையைப்பார்!

ரமணன்

விலகா இருளும் மாறா நிலையும்
உலகில் இல்லை உண்மையிது!
கலக்க மென்னும் கறையைக் கழுவிக்
கலகல கலவெனக் கரைக்கு வா!

என்றும் முயற்சியில் முனைபவனே
என்றும் வென்றவனாகின்றான்
தன்னை மறுப்பவன் மானிட வாழ்வின்
தகைமை தகர்ப்பவனாகின்றான்

சிலநொடி வாழும் ஈசல்களும்
சின்னச் சிறகை மிகவிசிறி
உலகை வாழ்த்தும் காற்றுக்கு
உயிரைத் தந்தே உயிர்நீங்கும்!

நடந்தால் தானே முடிவுவரும்
நகர்ந்தால் தானே வழிதெரியும்?
கடந்தால் தானே கதைபுரியும்
காலையில் தானே ஒளிவிரியும்?

வாழ்ந்து பார்ப்பதே வாழ்வாகும்
வாழ்வுக் கஞ்சுதல் தாழ்வாகும்
ஏழைக் கிரங்கும் மனதோடு
எதற்கும் அஞ்சா நெஞ்சோடு
ஒவ்வொரு கணமும் மிகமுழுதாய்
உனது வாழ்க்கை துலங்கட்டும்
பிறரது துயரே தன்துயராய்
தன்துய ரென்பது நெஞ்சுரமாய்..

உடலில் உயிரொன் றுள்ளவரை
உயிரில் உணர்வு துள்ளும்வரை...

பாட்டியும் டீயும்

கிழிந்த கோணிக் கூரையின்
கீழே இளநீர்ப் பாட்டி
தாகத்திற்கு டீ தான்
தருவித்து உறிஞ்சுகிறாள்

விறகு சுமந்து
வீதியில் கூவுகிறோம்
விற்கவந்த விறகே
விசித்திர ஆடையாகி
வீதி வளைவில்
வெந்து போகிறோம்

விற்க வந்தது
விற்று முடியாது
வாங்கவும் முடியாது

வேளாண்மை பொய்த்தாலும்
விதைநெல் மிஞ்சும்
மாளவிடாமல் வாழ்வை இழுக்கும்
மர்ம வினைபோல

மிஞ்சிய டீயிலும்
மினுக்கு கொஞ்சம் மிச்சம்
எடுத்துச் செல்லும் பையன்
எச்சிலைப் பார்ப்பதில்லை
களையான கருப்பு முகத்தில்
கசப்பின் குரூரம்

வேம்பு

இலையுதிர்த்துக்கொண்டே
இருக்கிறது வேப்பமரம்
எப்போதும் அப்படித்தான்
என்கிறார்கள்

உதிர்ந்து உதிர்ந்துதான்
உயர்ந்து வளருமா?

பொத்திப்பொத்திப்பொத்திப்
பொதியான இலைகள்
பூக்கவிடாமல்
புழுங்கும் மலர்கள்

ஒவ்வோர் இலையும்
ஒருமரமாய்க் கனக்கிறது
ஒவ்வொரு மொட்டும்
முள்ளாய்க் குடைகிறது

எங்கிருந்தோ வந்து
இடுப்பில்கை வைத்தபடிச்
சிரிக்கிறது காற்று
சிலிர்க்கிறது வேம்பு

தங்க இலைகளின் சலசலப்பில்
தழுவிக்கொள்வோம் வா என்றது

வேம்புக்கு நோயென்று
வீங்கியது வீம்பு

அவிழ்த்தால் சிக்கல்

சாமியாரின் செஞ்சடையாய்க்
குவிந்திருக்கும் மீன்வலை
அணுக்கத் தொண்டர்களாய்
அருகே இன்னும் சில

கண்பாதி மூடிக்கொண்டு
காற்றுவாங்கிக் கொண்டிருந்தால்
கடற்கரை நாயின் தூக்கியகால்
சிக்கிக்கொண்டது

அவிழ்க்க அவிழ்க்க
அலையலையாய்ச் சிக்கல்கள்
அங்கங்கே ஆசுவாசத்திற்காய்
அவலம் சிலைக்குமே அன்றி
அணுவளவும் அகலாது
பதறிப் பதறிப்
பாழாகிறது நாய்

அறியாமல் சிக்கிக்கொண்ட முடிச்சை
யாரோ வந்துதான்
அவிழ்க்க வேண்டியிருக்கிறது
சிரித்தபடிச் செல்கிறார் அவர்
திகைத்தபடியே ஓடுகிறது நாய்

காயப்போட்ட வலையாக
நாய்க்கு இருக்கத் தெரியாது
அதனால்தான்
கடற்கரையில் இன்னுமவர்
காலார நடந்துகொண்டிருக்கிறார்

ரமணன்

கூட்டுக் குடும்பம்

கூட்டுக்குள் பரபரக்கும் சிறகுகள்
கூச்சலில் உதிரும் இறகுகள்

ஒன்றோடு ஒன்று பகிர்ந்தும் வாழும்
ஒன்றை ஒன்று தின்னவும் செய்யும்
சார்ந்து வாழ்வதே சங்கடமாகி
சோர்வில் ரகசிய சுதந்திரம் பாடும்

யாருக்கு யாருறவு?
யாருக்கு யாருணவு?

நான்தான் எல்லாம் விட்டுக்கொடுத்தேன்
நான்தான் எல்லாம் தியாகம் செய்தேன்
யாரும் புரிந்துகொள்வதே இல்லை
ஊரா அறியும் உள்ள தொல்லை?
மாறாத ஒரே மெட்டு
மறைவில்தான் இந்தப் பாட்டு

அவரவர் கூடு அவரவர் பாடு
அவசர உலகம் கதவை மூடு
என்று போகவும் இதயமில்லை
ஒன்றி வாழவும் இயலவில்லை
சுயநலம்தான் சுயம் என்றால்
சுதந்திரம் கொடுங்கோல் அன்றோ?

வானில் பருந்து நிழல்
வட்டமிடும்போது
ஒரேயொரு பறவையாகி
உள்ளொடுங்கி நிற்கும் கூடு
ஆபத்துத்தானா
அன்புக்குக் காரணம்!

சிறகை மறந்த பறவைகளுக்கு
இறகுகள் எல்லாம் இரும்பாய்க் கனக்கும்
தன்னைச் சுமக்க முடியாது போனால்
யாரைச் சகிக்க முடியும்?

வானம் வாவா என்கிறது
வர்ண ஜாலம் செய்கிறது
நானாய்ப் போனால் அது தேடல்
நீயும் வந்தால் அதுபயணம்

ஒருகூட்டுப் பறவைகள்
ஒவ்வொன்றுக்கும் ஒவ்வொரு திசைதான்
ஒரே வானம்தான்
நெருக்கத்தின் கதகதப்பில்
சிறகுகள் விரிந்து நீளப்
பொறுக்கிப் பொறுக்கி முடைந்த
புண்ணியம்தான் கூடு

எந்தப் பறவையானாலும்
தங்காமல் பறக்க முடியாது
தங்குவதற்குக் கூட்டைப் போலத்
தகுந்த இடம்தான் ஏது?

சார்ந்திருப்பதே சந்தோஷம்
சேர்ந்திருப்பதே சங்கீதம்

பன்றித் தாய்

கதவைத் தட்டிப் பண்போடு
காத்திருந்தேன்
உள்ளே இழுத்துப் போட்டது ஒருகரம்
மூடிக்கொண்டது கதவு
பதறிப்போய் நின்றேன்
பன்றியைக் காட்டினார்கள் பயத்தோடு

ஓரத்தில்
பத்துப் பனிரெண்டு குட்டிகளைப் போட்டுப்
பைசாசமாக நின்றது பன்றி
எதையும் எதிரியாய்ப் பார்க்கிறது
குத்திக் கொல்ல நினைக்கிறது
ஏறி விளையாடும் குட்டிகளை
நேரே பார்க்க முடியாமல்
ஒருவழியாய் வெளியே வந்தேன்
உயிரோடு

மனைவியிலிருந்து மருமகள்வரையில்
ஒவ்வொரு தாயும் இப்படித்தானோ?

கண்ட காட்சிகள் காணும் காட்சிகள்
கலந்து ஒன்றேபோல் தோன்றின
ஏற்றுக்கொள்ள மாட்டார்கள்
ஏதோ நியாயம் சொல்வார்கள்!!

மசக்கைபோல் இதையும்தான்
மறுத்துப் பேச முடியாது!!

குறுகிய சந்தின் குட்டி வளைவில்
குழைத்த மையில் நெய்த ஒருத்தி
மின்னலை அள்ளிப் போட்டாள்
நெஞ்சத்தைக் கிள்ளிப் போட்டாள்

பராசக்தி கருப்பிதானென்று
பரவசத்தில் திகைத்துநின்றேன்
உள்ளங்கையின் பளிங்கில் எங்கோ
உற்றுப் பார்த்தது பன்றிக்குட்டி!

பன்றிக் குட்டிபோல் அழகு
படைப்பில் இல்லையென்று
மூர்க்கமில்லாத அவள்
முகமெனக்குச் சொன்னது

பேரன் எதற்கு அழுகின்றான்?

பாலுக்குப் பஞ்சமில்லை
பசியில்லை
படுக்கையில் தனியே இல்லை
பக்கத்தில் தாய்

எங்கேனும் நோயா? ஏதேனும் வலியா?
எல்லா மருந்தும் தந்து பார்த்தாயிற்று

செவியைத் தாண்டிச் சித்தத்தில்
கீறல் போடுகிறது கேவல்
நரருலகில் இதுபோன்ற
நாராசம் கிடையாது

ஆளுக்கு ஆள் யோசனைகள்
அவரவர் அறிந்த வித்தைகள்
அபிப்பிராய பேதங்கள்
அதன் மேளதாளங்கள்

வேண்டுதல்களால்
விம்முகிறது பூசைப்பிறை
அண்டம் துளைபட்டதாய்
அலறுகிறது குழந்தை

குடும்பத்துக் கூட்டத்திலிருந்து
குடம்விட்ட நாகம்போல்
சீறி வெளியே வருகிறாள்
சேலை மார்பில் புதைத்துக்கொண்டு

சூள்கொட்டும் பல்லியைச்
சுவரோரம் பார்த்துவிட்டு
யாரோ அழுததுபோல்
பொக்கைவாய் சிரிக்கிறது

என்றோ விழுந்த கல்

நீரிருந்த சித்திரைக்குளம்
நினைவெனக்கு நாலுவயது
யாரோ எறிந்த கல்லொன்று
மையத்தில் விழுந்து
ஆச்சரியக் குறியொன்று எழுந்து
அடங்கிற்று என் முகத்தோடு

முடிவென்றுதான் நினைத்தேன்
முடியாத துவக்கமாய்
வட்டமிட்ட அலைவளையம்
வலையாகித் தொலைந்தேன்நான்

குளத்தில் இறங்காதே
குழம்பிவிடும் என்றார்கள்
இன்னொரு குழப்பமா?
இருக்கத்தான் முடியுமா?

வளையங்கள் நிற்கவில்லை
வாளேதும் அறுக்கவில்லை

வேகமாய் வந்த சைக்கிள்
வீசி எறிந்ததென்னை
காயம் முழுதும் ரத்தக்
காயமுடன் நானயர்ந்து

*காய்ந்த புண்கள் இழுக்கக்
கண்திறந்த முதல் நினைவில்
வளையங்கள் இன்னும்
வட்டமிட்டுக் கொண்டிருக்கும்
அரைநிஜார் உருவமொன்று
கரையோரம் சிலைத்திருக்கும்*

*ஒரேயொரு நினைப்பின்
ஓயாத வளையமா வாழ்க்கை?*

*மையத்தில் இன்றைக்கும்
மௌனத்தில் ஆழ்ந்திருக்கும்
கல்லை எடுப்பதா?
கரையிலேயே நிற்பதா?*

மனநலம் குன்றியோருக்காக

முன்னிராப் பொழுது; தென்னங் கீற்றில்
முத்தாய் உட்கார்ந் திருந்தது நிலவு
காட்டிக் காட்டி ஊட்டி வளர்த்தாள்
கிண்ணமும் கையுமாய் என் தாய்

தென்றல் வந்தது ஓலை அசைந்தது
தெரிந்து போனது உறவு
இன்னும் சிலர்க்குத் தென்றல் வராததால்
திறக்கவே இல்லை கதவு...

ஏதோ மின்னல் எங்கோ விழுந்து
இதய வானிலொரு கீறல்
செக்கு மாடாய்ச் சுற்றிச் சுற்றிச்
சிக்கிச் சுழல்கிறது பாடல்

யாதோ ஒருவிரல் கோட்டில் வைத்து
மறுபடி இசையைக் கொடுக்காதா?
மோதிய கணத்தில் உறைந்த மனத்தை
முத்தமொன்று சத்தமின்றித் திறக்காதா?

அபஸ்வரங்கள் அரியணையில்
அந்தோ! இவர்கள் தெருமுனையில்
அனுதாபங்கள் உதவாதம்மா
அன்பு! நேசம்! அதுவேண்டும்

கபடில்லாதவர் கண்ணைத் திறக்கக்
கருணை பொறுமை மிகவேண்டும்
கண்கள் சொற்கள் கரங்களெல்லாம்
காதலில் மட்டுமே இயங்க வேண்டும்

சிக்கிக் கொண்ட ஒற்றை நினைவே
சிரிப்பாய் அழுகையாய் வருகிறது
சிந்தனைக் கதவு திறக்காததனால்
செய்வதறியாமல் நடக்கிறது

அக்கறை உள்ளோர் இக்கரை வந்து
அக்கரைக் கிவரை ஏற்றிடுவீர்
அறிவெனும் நதியில் அன்பெனும் படகில்
அந்த நிலவினைக் காட்டிடுவீர்

நலத்தைக் கெடுக்கும் நயவஞ்சகர்கள்
நாடு முழுவதும் உள்ளார், மன
நலத்தை இழந்து நலிவுற்றோரோ
நம்மை நம்பியே உள்ளார்

நம் சோதரர்கள் நம் குழந்தைகள்
நமதே அவரது பொறுப்பு
நம்மால் இயன்ற நன்மை புரிவோம்
நலமே விளையும் நமக்கு!

இது போதும்!

நான் ஒரு சின்னத் தாரகைதான்
இந்த வானம் போதும் எனக்கு

அந்தி நேரம் அந்த மலருக்கு
சொந்த முத்தம் ஒன்று அனுப்ப வேண்டும்
இந்த உயரம் போதும் எனக்கு

அன்றொரு நாள் பைரவி வந்தாள்
என்னைக் கண்டு புருவம் விரிந்தாள்
சின்ன விரலால் மெல்ல எடுத்துப்
பொன்னிதழ் உரசப் பூவாய் முகர்ந்தாள்
இந்த சுகம் போதும் எனக்கு

சின்னவன் நான்..மிகவும்..மிகவும்
மெல்ல உணர்ந்தேன் மிதக்கின்றேன்
சிறிது பெரிது சிறிதும் புரியாத
சிற்றெறும்பைப் போலே

இன்று ஏனோ உன் கவிதையில்
இறங்கி இருக்கக் காண்கின்றேன்
இன்னும் என்ன வேண்டும் எனக்கு?

கூடம்

பெரியம்மாவும் பெரியப்பாவும் போல
ராட்சசப் பெட்டியும் பழைய பெஞ்சும்
பிரியாது சேராது கிடக்கும்
ரசம்போன கண்ணாடியில்
ராத்திரிக் குலவல்களை
எட்டிப் பார்த்துப் பொட்டுவைத்துக் கொள்வாள்
இளைய மருமகள்.

பாட்டிபோல்
தேவையெல்லாம் தீர்ந்தும்
தீர்ந்துபோகவே முடியாததுபோல்
எதற்கென்று புரியாமல்
எழுந்தருளி நிற்கும் தூண்

மணிவிழாத் தருணத்தில்
மகவீன்றதைப்போல
நாட்காட்டி நாராசம்
தகரக் கம்பியால் கூரூரச் சிராய்ப்புகள்.

முற்றத்தை ஒட்டி
இருளும் ஒளியுமாய்
முடைந்திருக்கும் கூடம்தான்
கொற்றம்.

எல்லாம்..எதுவானாலும்
இங்குதான் நடந்தேறும்

அந்தரங்கமும் பகிரங்கமும்
ஆரத் தழுவிக்கொள்ளும்
அதிசயம் கூடம்.

உருவிப்போட்ட புடலங் குடலை
உச்சிக் குரங்கு பார்த்தது
வம்பளந்த அத்தை
வலைக்கம்பி கிழிந்ததறியாள்
விரலருகே விதைதின்னும்
குரங்கைக் கண்டு கோபமாகிப்
பதறி விரட்டியதில்
பருப்புச் செம்பைத் தூக்கிக் கொண்டு
பத்து வீடுகள் தாண்டிப்
பார்த்து நசுக்கிப் போட்டது.

இலைபோட்டு மாளாது
எப்போதும் கூட்டம்
இருநாடிக் குண்டுமணிகள்
இங்குமங்கும் ஓட்டம்.

நிஜார் நிற்காத பயல்களும்
ஷிம்மிஸ் நழுவும் சிறுமிகளும்
அந்தநாள் பாட்டிமுன்னே
அரைவட்டம் போட்டிருப்பர்
கண்ணகன்று ஒன்றிப்போய்
கதைகேட்டுத் தின்றிருப்பர்
கற்சட்டி காலியாகும்
கதையங்கே முடிந்துபோகும்.

மூடிய பெட்டி மூடித்தான் கிடக்கும்
திறந்த அலமாரி நிரம்பித் திணறும்
பெஞ்சுக் கடியில்
பிரம்புப் பெட்டியும் லேகியமும்
கழுவேற்றிய காகிதங்களும்
நகராது கதைசொல்லும்.

ஒட்ட வாரிய ஒற்றைப் பின்னல்
ஒரேபோல் சீட்டிப் பாவாடை
புஷ்கை வைத்த வெல்வெட் சட்டை
வாழைநாரில் அடுக்கு மல்லிகை
பிரத்யேகமாகப் பித்தளை வங்கி
எல்லோரும் ஆடுவார்கள்
எல்லோருமே பாடுவார்கள்
கிளி பறப்பதைப்போல
அணில் கொறிப்பதைப்போல
அறியாமல் அழகாக
அங்கங்கே அலட்டலாக..

அபிநய பாவனைகளால்
அதிர்ந்துபோய்
வாய்பிளந்து மனம்குழறும்
விடலைகள்.

முன்னறையில் தாத்தா
மூச்சடங்கிச் சென்றுவிட்டார்
கூடத்தில் பாட்டி
பேச்சின்றிக் குமுறுகிறாள்

மரணத்தின் கொடூரம்
விடப்பட்ட மனைவியின்
தனிமையில் ஒளிகிறது

மற்றபடி இது
மங்கலச் சாவென்று
பக்கத்தில் வீடெடுத்து
பட்சணக் களேபரங்கள்

புரியாமல் போனாலும்
கூசும் புதுச்சட்டைகள்

உயிர்வாழ
உணர்ச்சிகளைக் கொல்லவேண்டும்

வெத்தலைச் செல்லத்தை
விட்டெறிந்தாள்; குங்குமம்
வைத்ததடம் ஆறாமல்
வைது தலையில் அடித்துக்கொண்டாள்.

யாரோ திரண்டாளாம்
ஊரே திரண்டுவந்து கூடத்தில்
உட்கார்ந்து இரைகிறது
சின்னவள் எப்படிப் பெரியவளானாள்
என்று இயல்பாய்க் கேட்ட எம்மை
திட்டித் துரத்தி விரட்டினார்கள்
மச்சிலுக்கு மூச்சிரைக்க வந்தால்
மலையளவு வெல்லப்புட்டு!
கண்ணாடி வழியே மாமிகள்
கதறக்கதற
அரையடிச் சிறுவர்கள்
ஆளாளுக்கு அள்ளித் தின்று
வாய்க்காலோரம் வரிசையாய்க் குந்திக் கொண்டோம்.

அரிவாள்மனையில்
அவ்வப்போது

பொறுமிக் கொண்டு
நறுக்கி விழும் காய்கள்

அலமாரியில்
எப்போதும் தேடும் விரல்கள்
எலியின் சீழ்க்கைகள்.

கம்பிகள் வழியே கட்டி நிலவு
பாலாய் ஒரு பாய்போடும்
வேகமாய்ச் செல்லும் மேகங்கள்
கீழே விரையும் நிழல்கள்
அண்ணாந்த பெருச்சாளி
சற்றே தயங்கி
அடுத்த மடைக்குள் ஓடும்
முற்றம் கூடத்தின் விரல்நகம்.

புழக்கடை செல்ல இருட்டைத் தடவி
எட்டுவைத்துச் செல்லும்போது
போர்வைக்குள்ளே புணர்ந்த உடம்புகள்
பொசுக்கென்று உறைந்துகொள்ளும்.

ஏதோ பேத்தி பாட்டியைத் தேடி
என்னமோ கனவில் அலறிவருவாள்
கடும்நோயிலும் கடும் துயிலிலும்
கண்ணே வா என்று கட்டிக்கொள்வாள்.

தீப்பிடித்தது பழையமரம்
திசைக்கொன்றாய்ப் பறந்தோம் பலர்
தீய்ந்து போனார் சிலர்.

கூடம் இருந்தபோது
கொழித்தது ஆகாரம்
குழுமியது சொந்தம்
குறை, நிறைபோல் இயல்பாச்சு.

புத்தர் சங்கம்
கசாப்புக்கடைபோட்டதுபோல்
அற்ப ஆகாரம் தேடி
அசிங்கமாக நிற்கிறோம்

வசதியுண்டு வாஞ்சையில்லை
பதவியுண்டு பண்பில்லை
படிப்புண்டு கலையில்லை
பகட்டுண்டு களையில்லை

வீணே பேசுவானேன்
வீடுண்டு கூடமில்லை...

ஆதாரம் தேடி என்
அகம்விழிக்கும் போதெல்லாம்
தவழ்ந்த முழங்கால்
தழும்புகள் துளிர்க்கிறதே!

இதயம் சொந்தம் தேடி
விழிநெகிழும் போதும்
இளைப்பாற இடம்தேடித் தவிக்கும்போதும்
பாவங்கள் கரைய ஒரு
படித்துறை நாடும்போதும்
மனமாரக் கதறியழ ஒரு
மடிதேடும் போதும்

அந்தக்
கூடத்து நினைவுதான்
கூடவரும்.

நதியில் விழுந்த மலர்

நான்தான்!

இதே தெருவில்தான் இருக்கின்றேன்
எதற்கு வியந்து பார்க்கின்றீர்?

சன்னல் கதவைத் திறக்கும் போது
கன்னம் வருடிக் கன்னம் வைத்துக்
கலங்கிய நெஞ்சில் மெல்ல நுழைந்து
களைப்பைத் தீர்க்கும் காற்றுநான்

காலை நேரம் சாலை ஓரம்
மல்லாந்திருக்கும் மஞ்சள் மலர்கள்
சாயங்காலம் உங்களுக்காக
சமைத்து வைத்த சொப்பனங்கள்

காதல் கண்ணில் ததும்ப, பவளக்
கையிரண் டையும் பற்றிக்கொண்டு, ஒரு
சேதிக்காக நீ கெஞ்சிய போது
செடியை நீங்கிய சிறுமலர் நான்

மூட்டு வலியைப் பொருட்படுத்தாமல்
மூதாட்டி பேத்திக்காக
முக்காடிட்டுப் பிரார்த்திக்கும் போது
பொறிபறக்கும் திருச்சுடர் நான்

எரிமலை வீட்டில் வெடிக்கும் தருணம்
ஏதோ செய்து..குழந்தையை எழுப்பி
திசைதிருப்பிக் காப்பது நான்

இந்தத் தெருவில் எந்த வீட்டிலும்
எந்த நிகழ்ச்சி நடந்தாலும்
இழையோடும் காரணம் நான்

ஒருவழியாய் நீ அழுது முடித்தபின்
உன்னெஞ்சில் கைவைத்து
உறங்கச் செய்வதும் நான்

நான்தான் நானேதான்
நடுராத்திரியில் நாயாய்க் குரைக்கிறேன்
நட்சத்திரங்களாய்க் கண்ணிமைக்கின்றேன்

இசையில் அபஸ்வரமாய்
இதையெதற்குச் சொல்கின்றேன்?
காற்று, கண்ணில் படலாமா?
கனவில் முகவரியா?

தட்டுப் பட்டது மொட்டைக் கனவாய்த்
தவிர்ந்து போகட்டும்

தேடாதே வியக்காதே
தெருவோடு தெருவாக
நிலவோடு நிலவாக
நிலைமையை நிலைமையாகவே பார்

அங்கு தெரியும் என்னில் நீ
உன்னைத்தான் காணமுடியும், நான்
ஊர்வந்த வேலை முடியும்.

அடையாளம் தெரியவில்லை

இந்த ஊரில்
சொந்த ஊரில்
யாருக்குமே என்னை அடையாளம் தெரியவில்லை
ரொம்பத்தான் தூங்கிவிட்டேனா?
ரொம்பநாள் கழித்து வந்தேனா?

எங்கு வேண்டுமானாலும் சென்று வருகிறேன்
எவரும் தடுப்பதில்லை
ஏனோ வரவேற்பதுமில்லை
செத்தது புரியாமல்
தொங்கிநிற்கும் முட்டாளா நான்?
தென்படவே இல்லையே என்பிணம்?

கனவில் ஒரு விருந்து
அரங்கம் நிறைய ஆள்நெரிசல்
அம்மணமாய் வளைய வருகிறேன்
யாருமென்னைப் பார்க்கவில்லை
என் பாட்டு கூட எவருக்கும் கேட்கவில்லை
நின்றபோது கூட.
இரவாய் பகலாய்
இவர்களது கனவும்
எனது நினைவும்

அடியோடு எப்படி மறந்துபோகும்?
அடையாளம் அப்படித் தொலைந்தா போகும்?

மலராய்க் கன்னம் தொட்டவன்
காற்றானேனா?
காற்றாய்க் காதில் கிசுகிசுத்தவன்
வானானேனா?
வண்ணப் பாயை விரித்தவன்
வெட்டவெளி ஆனேனா?

ஆகிவிட்டேனோ?
ஆகிவருகிறேனோ?
என்னவோ.

மூட்டை முடிச்சு

மூட்டை முடிச்சுகளைத் தூக்கத்தான் வேண்டும்
மௌனமாக அவை கேலிசெய்தபோதும்..

தொல்லை மிகுந்த என்
தொலைதூரப் பயணத்தில், இந்தப்
பொல்லாத மூட்டைகளும், நான்
போட்ட முடிச்சுகளுமே
தோழர்களாகத்
தொடர்ந்து வருகிறார்கள்
தோளேறி

முடிச்சு போடும்போதே
மூட்டை அவிழ்வதுண்டு
அண்டப் பரிகாச
அவமானம் அது
ஆமை மல்லாந்த அவலம்
குந்திய பெண்கள் வண்டி வெளிச்சத்தில்
குபுக்கென்று முகம்திருப்பிக் கொள்வதுபோல்
நத்தையின் அம்மணம்
நகராத நாராசம்.

உடை நீங்க அம்மணம்
உடல் நீங்க நிர்வாணம்

வெய்யிலில் நேராத வெட்கம்
குளிரில் குச்சுக் கச்சை குறுக்கே பாய்ந்தபின்
அவிழ்க்க அவிழ்க்கக் கந்தை கந்தையாய்
விட்டுச் செல்ல முடியாமல்
கட்டிக் கொள்ள இயலாமல்
யாரும் பாராத வண்ணம்
ஊரூராய் நடக்கின்றேன்.

தோளெல்லாம் காய்த்துப்போய்
தொங்கும் மூட்டைகள்
நிர்வாணம் பறிபோனால்
அம்மணத்தின் அராஜகம்...

பயணத்தால் வரவில்லை பாழும் சுமைகள்
பாத நமைச்சலன்றோ
பாதைக் குழப்பமாச்சு!
மூட்டைகளால் வந்தபயணம்
முடிச்சிட்டுத் தொடர்கிறது

எது முடிச்சு எது மூட்டை
எதற்குப் புதுவழக்கு

பாதை வளைவில்
பலப்பல கந்தையுடன்
படபடக்கிறது அரசமரம்
தோதாய் இடம்பார்த்துத்
தொங்கவிடவேண்டும்.

வா!

யாருக்காகப்
பாதையில் உதிர்கின்றன
பாரிஜாத மலர்கள்?

எவருக்காகக்
காத்திருக்கின்றன
இதழ்களின் முனைகளில் பனித்துளிகள்?

எதற்காகத்தான்
கண்ணைச் சிமிட்டி மின்னுகின்றன
நட்சத்திரங்கள்?

எந்த வினாவுக்கு விடைதேடி
இன்னும் நுரைதள்ளிக்கொண்டு
மோதுகின்றன இந்த
நீல அலைகள்?

ஊருக்காகவா?
உனக்காகவா?
உன்னையே நேசிக்கும்
எனக்காகவா?

எந்த விதையின்
கன்னத்தைத் முத்தமிட்டுக்

கதவைத் திறக்கப் போகிறோமென்று
எந்த மழைத்துளிக்காவது தெரியுமா?

இந்த மலர்
கருத்தரித்துவிட்டது என்று
வந்து சேதி சொல்லுகின்ற
வண்ணத்துப் பூச்சி உண்டா?

இவரிவர்க்கு
இந்த நேரம்
இப்படித்தான் காதல் வரும்
என்று
எவரேனும் சொல்ல முடியுமா?
விட்ட மூச்சு, சற்றே
விலகித் திரும்பவந்து
விக்கித்த இதயத்தை, மீண்டும்
தொட்டு இயக்குமென்று
தோள்தட்ட முடியுமா?

வானிலை அறிக்கைபோல், சாமி
வந்துசொல்லும் குறிகள் போல்
ஆராய்ச்சிக் கூடத்தில்
அடங்கிவிடும் முடிவுகள் போல்

வாழ்க்கையை, ஒருபோதும்
வகுத்துச் சொல்ல முடியாது
வல்லவன் என்றாலும்
வருவதுரைக்க முடியாது

அவையெல்லாம்
அறியாமை மழலைகள்
ஆணவத்தின் தோரணங்கள்
புரியாத காற்றினிலே
புழுதி பறக்கும் சாலைகள்

கடந்த கதையைக் கற்றுத் தெளிந்தவர்கள்
நடக்கும் நிகழ்வுகளின் நாடி பார்த்து
நடக்க இருப்பவற்றை நவில முயல்கிறார்கள்!
நிழலில் ஒளிபிரித்து
நெருப்புக்கு வெளிச்சம் காட்டுவதைப்போல!

அப்படி எல்லாம் எளிதாய்
அகப்பட்டு விடுவாளா
வசப்படுத்த வந்த இந்த
வண்ண மோகினி?

வாழ்க்கை என்பது..
ரகசியமும் அம்பலமும்
கண்ணெதிரே கலவி புரியும்
அற்புதம்

வாழ்க்கை என்பது..
கண்ணீர்த் துளிகளும்
முத்தங்களின் ஈரமும்
கன்னத்து மேடையில்
ராசலீலை பயிலும்
ஆனந்தம்

பருகப் பருகப்
பெருகிக்கொண்டே இருக்கும்
பரவசம்

பொறுக்கப் பொறுக்கச்
சிரித்தபடி
நழுவிக்கொண்டே இருக்கும்
பாதரசம்

அருகாய்த் தெரிந்து
தொலைவாய் விலகியும்

தொலைவாய் இருந்து
அருகாய்த் தெரியவும் செய்யும்
தோற்றத்தின் மாயம்

நடந்தவை மட்டுமல்ல
என்றோ
நடக்க இருப்பவையும்
என்றைக்கோ
நடந்து முடிந்துவிட்ட
அதிசயம்

தொட முடியாத இந்தத்
தொடர்ச்சியைத்
தொட்டதார்?
விட்டதுதான் யார்?

விளக்கைப் பற்றிய
விளக்கங்களை
விட்டில் பூச்சிகளா சொல்லும்?

மீனுக்கு நீர் போல
மானுக்கு மருட்சி போல
காதலுக்கு முத்தம் போல
பாதைக்குப் பாடல் போல,

வா பெண்ணே வா!
வாழ்ந்தே தெரிகின்ற
கரையும் கணத்தில் மட்டும்
சற்றே புரிகின்ற
வாழ்க்கையை

வாழ்வாங்கு
வாழ்ந்து பார்ப்போம்
வா!

பார்த்தன் பார்வையில் பரந்தாமன்

அலைகள் ஓயாமல் சலசலத்துக்கொண்டே இருக்கும் கடல். அதன் அடியிலோ, அந்த அலைகளால் பாதிக்கப்படாத அமைதி குடிகொண்டிருக்கிறது. சலனங்களே மண்டிக்கிடக்கும் மனத்தின் மத்தியில்தான் சாந்தியின் சந்நிதி விளங்குகிறது. அதுபோலவே, மஹாபாரதத்தின் மணிமகுடமாக, மையப் புள்ளியாக விளங்குகிறது பகவத் கீதை.

மனிதன், இறைவனுக்குச் சொன்னது ஆதித்ய ஹ்ருதயம். இறைவன் மனிதனுக்குச் சொன்னது பகவத் கீதை.

பகவத் கீதையைப் படித்து, அதன் தாக்கம் பெறாதவர்களே இருக்க முடியாது, அதை விமர்சிப்பவர்கள் உட்பட! ஆம், யாராய் இருந்தாலும் மழையில் நடந்தால் நனைவது தவிர்க்க முடியாதது. அப்படித்தான் பகவத் கீதையும். அது எந்த மனிதனுக்கும் உரிய நூல். நவில்தொறும் நூல்நயம் போல, நாம் வளர வளர விரிகின்ற வானம்போன்றது கீதை.

அது சொல்லாத சேதியே இல்லை. அதில் இல்லாத நீதியே இல்லை. அதனுடைய அணுகுமுறை நேரடியானது. அதன் மொழி எளிமையானது. ஆனால் கருத்தோ மிகமிக ஆழமானது. அதன் கட்டமைப்பு அல்லது வைப்புமுறை, மிகவும் சுவாரசியமானது.

கீதையின் காரணகர்த்தா கண்ணன் இல்லை! அர்ச்சுனன்தான்! ஆம், வில்லேந்தி வந்த விஜயனின் குழப்பம்தான், புல்லேந்தி நிற்கும் கண்ணனைச் சொல்லேந்த வைத்தது! ஒரு மனிதனின் குழப்பம்தான், எல்லா மனிதர்களும் தெளிவுபெற வழிகாட்டும் நூலை வரவழைத்தது.

பார்த்தன் சந்தித்தது தர்மசங்கடம். இரண்டு தர்மங்கள் ஒன்றுக்கொன்று எதிராக அல்லது முரணாக அமையும்போது எதைத் தேர்ந்தெடுப்பது என்னும் பிரச்சினைதான் தர்ம சங்கடம். வஞ்சித்தவர்கள், சமாதானத்திற்கான எல்லா முயற்சிகளையும் மறுத்துவிட்டவர்கள், அவர்களோடு போரிடுவது தர்மம்தானே? ஆனால், அவர்கள் எல்லோரும் உறவினர்கள்; வளர்த்து ஆளாக்கியவர்கள்; குருமார்கள்; ஆசான்கள். அவர்களை எப்படிக் கொல்வது? இதுதான் குழப்பம். இதன் விளைவுதான் கீதை.

போரிட மாட்டேன் என்று ஒதுங்க எண்ணிய அர்ச்சுனன், கீதையைக் கேட்டபின் போர் செய்தான். ஆனால், அவனுடைய குழப்பம் தீரவில்லை. இதுதான் நுட்பமானது.

குடிகாரனுக்குக் குடிப்பது தீங்கு என்று தெரியும், ஆனால் எளிதில் விடமுடிகிறதா? குழம்புபவனுக்குத் தெளிவுதான் தீர்வு என்பது புரியும். ஆனால் தொடமுடிகிறதா? உடனே ஞானம் வந்து விட்டால் வாழ்வில் என்ன சுவாரசியம் இருக்க முடியும்!! கொஞ்சம் எழுந்து கொஞ்சம் விழுந்து, தவறுகளே உறுதியைத் தரும் பாடங்களாகிப் படிப்படியாக நேரும் முன்னேற்றமே நிலையானது.

போர் முடிந்த பின்பு, கண்ணனும் உடலை நீத்தபின்பு, துவாரகையைக் கடல் அழித்துவிட்ட பின்பு, அங்கே மிஞ்சி இருந்த பெண்களையும், வயதானவர்களையும் அழைத்துக் கொண்டு மீள்கிறான் பார்த்தன். வழியில், காட்டில், ஒரு சாதாரண வேடனிடம் தோற்றுப் போகிறான்! யார்? பரமேஸ்வரனிடமிருந்து நேரடியாக பாசுபத அஸ்திரத்தைப் பெற்ற பார்த்தன்! அங்கே நின்று யோசிக்கின்றான். அப்போதுதான் அவனுக்கு கீதை புரிகிறது!

இதை, பார்த்தன் பார்வையில் பரந்தாமன் என்று ஒரு கவிதையாக அமரர், வாகீச கலாநிதி திரு. கி. வா. ஜெகன்னாதன் அவர்கள் தலைமையில் ஒரு கவியரங்கில் (1976?) வடித்து வாசித்தேன். அது வேடனிடம் தோற்றுப்போன அர்ச்சுனன் தன் வாய்மொழியாகச் சொன்னது போலவே அமைந்திருக்கிறது. அதிலிருந்து சில பகுதிகளை இங்கே பகிர்கிறேன்:

தோற்றுவிட்ட காண்டீபம்; வேடன் முன்னே
    தொய்ந்துவிட்ட போர்வீரம்; உட்கலந்த
காற்றுவிட்ட வெற்றுடலம்; கைகள் பட்டுக்
    கவிழ்ந்துவிட்ட மதுக்கிண்ணம்; பாதை மாறிச்
சேற்றிலிட்ட பூஜைமலர்; வீசும் காற்று
    சிதைத்துவிட்ட பழங்கிராமம்; துன்பத் தீயில்
ஊற்றிவார்த்த மானுடனாய் விசயன், இங்கே
    ஒடிந்துபோயோர் மூலையிலே தனித்து நின்றேன்!

கவணெறிந்து பிழைக்கின்ற காட்டு வேடன்
    காண்டீபம் ஜெயித்துவிட்டான்! கடுமையாகத்
தவமிருந்து சிவனெனக்குத் தந்ததெல்லாம்
    காற்றினிலே சருகுகளாய்ப் பறக்கவிட்டான்
அவமானம் தாங்கவில்லை, தோல்வியேதும்
    ஆரம்ப நாட்களிலும் நடந்த தில்லை
கவலைகளின் புதர்களிலே கலங்குகின்றேன்
    கண்ணனைத்தான் நினைக்கின்றேன் கண்ணன் எங்கே?

மனமென்னும் சேற்றினிலே விதி நடந்து
    மறையாத தடங்களெண்ணிப் பார்க்கின் றேன்; வெண்
கனவாகப் போய்விட்ட வாழ்க்கை தன்னில்
    கலையாத நினைவாகக் கண்ணன் நின்று
தினமுமொரு புதுமாயை புரிந்ததெல்லாம்
    திரும்பியின்று பார்க்கின்றேன்; அருவி வீசும்
புனல்த்தெறிப்பின் புகைத்திரையில் நிலவைப் போலே
    நினைவிருட்டுப் பாதையிலே நின்றான் கண்ணன்!

நெஞ்சமென்னும் வானத்தின் நிலவே கண்ணன்
    நேரிலவன் உயிர்நண்பன்; கும்பிட்டாலோ
கொஞ்சவரும் சிறுகுழந்தை; தவறுசெய்தால்
    கொட்டுவதில் குளவி, தோளைக் கொடுக்கும் தோழன்

விஞ்சிக்கொண் டேயிருக்கும் விஸ்வ ரூபன்
  வீரமிக்க சாரதி; விளங்கா மாயன்
வஞ்சகத்தில் கைதேர்ந்த மன்னன்; எங்கள்
  வாழ்வினொளி; யசோதைக்கோ சின்னப் பிள்ளை!

விதிவிரித்த சொக்கட்டான் பாயில், நாங்கள்
  வீழ்ந்துவிட்ட வெற்றுக்காய் ஆனோம்; ஐவர்
கதியற்று நின்றிருந்தோம்; கலிதிரண்டு
  கவுரவராய்ச் சகுனியாயக் கர்ணனாக
மதிகெட்டுச் சிரித்திருக்க, தர்மம் அந்த
  மன்றத்து மனிதரைப்போல் மரமாய்ப் போக
சதியினிலே சிக்கியண்ணன் சாய்ந்திருக்க
  சத்தியமோ சிலந்திவலைப் பூச்சியாக

ஐவரின்கண் முன்னேநல் லறத்தின் முன்னே
  ஐயமிலாச் சண்டாளன், சுயோதன் தம்பி,
கைவணங்கும் தேவியினை, கனலில் தோன்றிக்
  கற்பினுக்குச் சூடுதரத் தகிக்கின்றாளை
மைதுலங்கும் விழியோடே தோன்றினாளை
  மன்னுலகம் காணாத மனைவியாளை
கைவளைக ளோடெங்கள் உயிர்நொறுங்கக்
  கையாலே அவள்கூந்தல் கவ்வி வந்தான்

தெருவோரக் கோயிலொன்றின் தெய்வப் பூவை
  தெருநாயிங் கிழுத்துவர, சபையினுள்ளும்
அறவோர்கள் செயலிழந்தே ஊழியத்திற்கு
  அடிபணிந்தே அக்ரமத்தைச் சகித்திருக்க
கருங்கூந்தற் பாஞ்சாலி கதறிச் சீறக்
  காண்டீபம் திண்தோள்கள் கற்ற வித்தை
ஒருபயனும் இல்லாமல் கட்டுப்பட்டேன்
  உயிரெல்லாம் முட்காடாய் உறுத்த நின்றேன்

நல்லவரும் அல்லவரும் நடுவில் ஆடும்
    நபும்சகரும் கொடுமையினைத் தடுக்கவில்லை
வல்லவராய் வாய்த்திருக்கும் கணவர் ஐவர்
    வாய்திறக்கக் கூட, அங்கே வக்குமில்லை
புல்லொன்று புயல்நூறால் புடைக்கப்பட்டு
    புண்ணியங்கள் தூர்ந்துபோன புன்மைப் போதில்
சொல்லொன்றை நெஞ்சினிலே இருத்திக் கொண்டாள்
    தன்னுயிரைக் கண்ணனுக்குள் பொருத்திக் கொண்டாள்

சபைநடுவே கயவர்கள் துகிலுரிக்கச்
    சம்மதம்தான் உனக்கென்றால் கண்ணா இந்த
அபமானம் வெகுமானம் என்று கொள்வேன்
    அரைநொடியும் உனைச்சற்றும் விலகிநில்லேன்
உபமானம் இல்லாமல் தேவி நின்றாள்
    ஊரிலெங்கோ இருந்துகொண்டும், உடனே அந்தச்
சபைநடுவே சேலைகளாய்க் கண்ணன் வந்தான்
    தன்னுயிரைத் தன்னுயிரைத் தந்து காத்தான்

போரெனவே முடிவாச்சு; சமா தானப்
    பேச்செல்லாம் போய்த்தொலைந்த புழுதியாச்சு
சீர்துலங்கும் மாதவனின் அடிபணிந்து
    வேறாரும் வேண்டேன்நீ வேண்டும் என்றேன்
சாரதியாய் வருகின்றேன் என்றான், ஆஹா
    சமர்ஜெயித்தோம் அங்கேயே என்றுணர்ந்தேன்

அறத்தினொடு பொய்களெல்லாம் பொருத வந்த
    அகிலம்கா ணாப்போரில், மனத்தைப் போலே
அறம்நழுவிப் போனபோரில் வந்து நின்றேன்
    அகன்றபெரும் மைதானம்; அங்குமெங்கும்
மறவர்கள் மன்னர்கள் மாரதர்கள்
    மனிதவுருக் கொண்டவர்கள் பரிகள் தேர்கள்

முறமுகத்து யானைகள் வேல்கள் வாட்கள்
மூன்றுலகும் நடுங்கவைக்கும் போர்நாதங்கள்..

கடிவாளம் ஓர்கரத்தில் பிடித்த கண்ணன்
கதிரைப்போல் பளபளத்தான்; தருமத்திற்கு
விடிவுகாலம் என்றுசங்கை இசைக்கலானான்
வீசியொரு சாட்டையினைச் சொடுக்கலானான்
கொடியபோரைத் துவங்குதற்குக் கொஞ்சம் முன்னே
கொண்டுவந்து நிறுத்திவிட்டான் அவர்கள் முன்னே
முடியாதென் றேன்கண்ணன் முகம்சுளித்தான்
மூலையிலே வில்லெறிந்து முடங்கிக் கொண்டேன்

எனைவளர்த்த தந்தையர்கள், வில்லில் பாதி
இருந்தவென்னை வீரனாக்கி, வளைந்த வில்லின்
கனம்பிடித்து நாணிழுத்துக் காய்ந்த கையைக்
கண்டுகண்கள் பனித்தவர்கள்! ஒளிவே இன்றி
மனம்திறந்து வித்தையாவும் கற்றுத் தந்து
மகிழ்ந்தவர்கள்! ஆசான்கள்; மண்ணின் மீது
தனிப்புகழ்நான் கொள்ளவைத்த தாயனையர்

அவர்களின்பே ரன்புநெஞ்சின் முன்னே, இந்த
அம்புகளைப் பூட்டிவில்லி ழுப்பேனோ? கண்
சிவந்திடத்தான் பார்ப்பேனோ? வாளைக் கொண்டு
சீறித்தான் பாய்வேனோ? வெற்றிக் காக
உவந்தெந்தன் தெய்வத்தை உதைப்பேனோ? ஊன்
உள்ளவரை அதற்காகத் துடிக்கேனோ? சீ!
இவற்றுக்கா போரென்னும் இழிவில் நின்றோம்?
இப்போதே திரும்பிடுவோம் திருப்பு கண்ணா!

சோலையினைப் பூண்டோடே அழித்த பின்னே
சுதந்திரமாய் உலவிவந்து பயனும் உண்டோ?
பாலையிலே பனித்துளியாம் பாச மக்கள்
பாவியரின் தவற்றுக்காய் மடிய லாமோ?

மாலையிலே காத்திருக்கும் மனைவிமாரை
    மறைவிடத்தில் தேம்பியழ வைக்க லாமோ?
ஓலையேந்திக் குழந்தைகள் படிக்கும் நாட்டில்
    ஓலங்கள் மிச்சமாகச் செய்யலாமோ?

கண்ணாநான் மாட்டேன்செல் வோம்வா இந்தக்
    காண்டீபம் அஸ்திரங்கள் இவற்றினாலே
மண்ணிலொரு மலர்பூக்கச் செய்வதற்கு
    முடியாது! மாறாக இங்கே இந்த
மண்ணிலொரு புல்கூடக் கிளம்பா வண்ணம்
    மனிதர்களின் குருதியோடச் செய்வோமன்றோ?
கண்ணிருந்தும் குருடராய்வாழ் வோமோ? இந்தக்
    களம்வேண்டாம் போர்வேண்டாம் செல்வோம் என்றேன்

சாரதியாய் அமர்ந்திருந்தோன் எழுந்தான், என்னைச்
    சாய்வாகப் பார்த்தான்புன் னகைத்தான் அன்பா
யாரைநீ கொன்றுவிடப் போகின்றாய்? இங்
    காரைத்தான் நீகொல்ல முடியும்? அன்றே
வேரோடு பறித்துவிட்டேன்1 இன்னும் பாக்கி
    விளையாட்டு முடிவதற்காய் உன்றன் வெற்றுத்
தேரேறி னேன்பார்த்தா தெளிவ டைவாய்
    தெளியத்தான் குழம்பியுள்ளாய் குந்தி புத்ரா!

வீட்டுமரும் துரோணாச்சார் யாரும், அந்த
    வீரமிகு கிழவரான கிருபரும் நீ
காட்டுகின்ற திக்கிலெல்லாம் நின்றிருக்கும்
    கழலணிந்த வீரர்கள் பலரும், தேரில்
பூட்டியுள்ள குதிரைகளும், பூமி சோரப்
    புடைத்துவரும் யானைகளும், எல்லாம் நானே
ஆட்டுவிக்கும் வெறும்களிமண் பொம்மைகள்! நின்
    அறியாமை ஆணவத்தின் தூண்டு கோலாம்

கற்றவன்போல் பேசுகிறாய்? வீணர் போலே
கண்ணீரைச் சிந்துகிறாய்; எங்கி ருந்து
பெற்றாயிப் பேடிமையை? போர்க்களத்தே
பேச்சுக்கு வாய்ப்பேது? திறத்தைக் காட்டி
வெற்றிபெற்றால் நாடாள்வாய், செத்து வீழ்ந்தால்
வீரசுவர்க்கம் போய்வாழ்வாய், இவற்றிற் கூடே
பெற்றியற்ற கோழைபோல் பிதற்றி டாமல்
பீழையினை விட்டுவிட்டுத் தேரிலேறு!

போரிடவே முடிவுசெய்து புகுந்த பின்பு
புலம்பிநிற்ப தாரியர்க்குப் புகழ் தராது
நாரியரும் ஆடவரும் நன்றே, மற்று
நடுவிலொரு நிலைகொள்ளல் நலம் தராது
சீரியதாய் மதியுள்ளோர் இருப்பவர்க்கோ
செத்தவர்க்கோ ஒருநாளும் புலம்ப மாட்டார்
காரியமே கடவுளென்று கடமை செய்வாய்
கண்கட்டும் கவலையினைக் களைந்து நிற்பாய்

நாம்யாரும் முன்பில்லா திருந்த தில்லை
நாமில்லா திருந்திடவும் போவதில்லை
நாம்காணும் இளமை, பின் முதுமையெல்லாம்
நம்முடற்கே என்றறிந்தோன் மயங்க மாட்டான்
நாம்காண முடியாமல் நம்மில் வாழ்ந்து
நமைச்செலுத்தும் ஆன்மாதான் நாமாய் ஆவோம்
நாம்காண அழிகின்ற நம்தேகத்தின்
அனுபவங்கள் மத்தியிலே அமர்ந்து கொள்வாய்

இல்லாத தென்றைக்கும் இருப்பதில்லை
இருப்பென்றும் இல்லாமற் போவதில்லை
நில்லாமற் செல்வனவே நம்தேகங்கள்
நிலையாக இருப்பதுவே நிசமாம் ஆன்மா

செல்வதற்கே வந்தவுடல் செத்தே தீரும்
    தீர்வதற்கு வந்தவழி ஒன்றே போரும்
புல்லான கவலைகளைச் சுட்டுப் போட்டுப்
    பொருத்தமான கடமையினில் புகுந்து வெல்வாய்

போட்டசட்டை அழுக்கானால் அதைக்கழற்றிப்
    போட்டுவிட்டுப் புதுச்சட்டை புனைவதைப்போல்
போட்டுவந்த தேகத்தைப் புறக்கணித்துப்
    புதிதுபுதி தாயுடம்பில் புகுமான் மாவைக்
காட்டுத்தீ எரிக்காது; நனைந்திடாது
    காற்றாலே உலர்ந்திடாது; வாள்வெட் டாது
வாட்டமின்றி, ஒருசிறிதும் மாற்றமின்றி
    நிறைவாக அசையாமல் நிலைத்திருக்கும்

கானகத்தே இலைகளெல்லாம் சலசலக்கக்
    கவிபாடி வருகின்ற காற்றும், அந்த
வானகத்தே ஆயிரமாய்ச் சுழலுகின்ற
    வண்ணவண்ணப் பந்துகளும் வெளியும், இந்த
மானுடரும் மரம்செடியும் மனத்தைக் கொல்லும்
    மாயையென்னும் கடைசித் திரையும், நீயும்
நான்நான்நான்! நானென்னும் ஒன்றினின்று
    நதிக்கிளையில் பிரதிபலிக்கும் நிலவைப் போல

நீபேசும் பேச்செல்லாம் எந்தன் பேச்சே
    நீசெய்யும் செயலெல்லாம் எந்தன் செய்கை
நீசேர்க்கும் பொருள்யாவும் என்பொருள்காண்
    நீசெய்யும் செலவெல்லாம் எந்தன் செலவே
நீகாக்கும் எல்லாமும் என்னுடைத்தே
    நீபார்க்கும் அழகெல்லாம் என்னகத்தே
நீயேநான் நானேநீ அறிவாய் பார்த்தா
    நிம்மதியைக் கொள்வாய்வீண் துன்பொழிப்பாய்

மின்னுக்குத் தருமமது மழையாய்ப் பெய்தல்
பெய்தமழைக் குத்தருமம் பின்னிச் சேர்தல்
இன்னீருக் குத்தருமம் நதியாய்ச் செல்லல்
இழைநதிகட் குத்தருமம் கடலில் சேர்தல்
வன்கடலுக் குத்தருமம் நிலத்தைத் தாங்கல்
நிலத்திற்கோ தருமமெனில் எனைநினைத்தல்
நின்தருமம் போர்த்தொழிலே அறிவாய் பார்த்தா
நேரமுனக் கதிகமில்லை ஏறு தட்டில்

என்றுசொல்லி என்னூனக் கண்ணை மூடி
எல்லையெலாம் கடந்துநின்றான் மாயச் சோதி
என்கடனை நானுணர்ந்து தேரிலேறி
எந்திரம்போல் சுழன்றுவீரப் போரைச் செய்தேன்
என்கண்ணன் ஜயத்ரதனை ஏய்த்தான்; அங்கே
என் தலையைக் காத்தான்; அம்பு வீழ்ந்தும்
என்செய்தும் மாய்ந்திடாத கர்ணன் முன்னே
ஏந்திதர்மம் கேட்டதர்மப் போர்முடித்தான்

போர்முடிந்து போயிற்று; புயற்காற்றங்கே
போனதடம் பார்த்தழுதேன்; வழியிலெல்லாம்
மார்பிளந்த வீரர்கள்; என்றன் சிங்க
மகனைப்போல் துயர்க்கடலில் ஆழ்த்தி விண்ணைச்
சேர்ந்துவிட்ட தீரர்கள்; சிறிதும் வீரச்
சிரிப்புமாறாச் சூரர்கள்; கழுகை அஞ்சிப்
பார்த்தவீரப் பார்வைகள் மாறிடாமல்
பார்த்தபடிப் போனவர்கள்; போனவர்கள்

கிழவர்கள், ஊனமுற்றோர், வாழ்வின் மீதிக்
கிழமையெல்லாம் இருட்டறையில் வெந்துவெந்து
கழிக்கின்ற கைம்பெண்கள், இருக்கும் தாய்கள்
கத்துகின்ற கதறல்கள்; அவர்கள் எம்மைப்

பழிக்கின்ற சாபங்கள்; நரிகள் நாய்கள்
பலயுகங்கள் மாறாத ரத்த நாட்கள்
அழிக்கின்ற போரினிலே இவைதான் மிச்சம்
அறிந்துகொண்டேன் அல்லலுற்றேன் அழவும் செய்தேன்

கண்ணன்வாய் சொல்லகீதை கேட்டும் எந்தன்
கவலைகள் தீரவில்லை; கணத்தில் நீல
வண்ணனையென் இதயத்துள்ளே நிறுத்திக் கொண்டேன்
வாக்கேயென் வாழ்க்கையென்று வகுத்துக் கொண்டேன்
மண்மீதில் மாற்றமொன்றே மாறா தென்றும்
மரணம்தான் உயிர்த்தொகையின் மன்னனென்றும்
கண்ணாரக் கண்டுகொண்டேன்; கடமை பற்றிக்
காதாரக் கேட்டதெல்லாம் கருத்தில் கொண்டேன்

செயல்களுக்குக் களமான வையந்தன்னில்
எண்ணமய மாயிருக்கும் மனத்தைக் கொண்டோம்
செயலின்றி ஒருகணமும் இருக்கவொண்ணோம்
எண்ணங்கள் ஒருசிறிதும் நில்லாதன்றோ?
செயலெல்லாம் அறமயமாய்ச் செய்வோம்; மற்று
செய்கையிலும் பற்றுவையோம்; பயனை நோக்கோம்
செயலெல்லாம் அவன்செய்கை; பயனும் அற்றே
செய்வதுநா மில்லையெனத் தெளிந்து கொண்டேன்

கடலினிலே நான்விழுந்து சுறாக்களெல்லாம்
கடிப்பதவன் விருப்பமெனில் அதுவே நன்று
தொடமுடியாச் சிகரத்தைத் தொட்டு நின்று
தோள்தட்ட வேண்டுமெனில் அதுவே நன்று
படமுடியாத் துயரெனினும் பரிசாய் ஏற்பேன்
பதவிகளாய்த் தொடர்ந்தாலும் பணிவாய் நிற்பேன்
அடைவதற்கோர் இலக்கொன்றே கண்ணன் பாதம்
அத்தனையும் வாழ்க்கையினில் அவன்ப்ர சாதம்

விழிப்புற்றேன் என்னிலவன் விழித்துக் கொண்டான்
விழியுள்ளே திருப்பிக்கொண் டவனை மட்டும்
விழித்தபடி நின்றுகொண்டேன்; வியப்பு விண்டேன்
வீண்கவலை அத்தனையும் விலகக் கண்டேன்
அழிவற்ற ஆன்மநிலை அறிந்துகொண்டேன்
அந்நிலைதான் கண்ணனென்றே ஆழ்ந்துகொண்டேன்
மொழியற்ற மௌனமொன்று மூளக் கண்டேன்
நீயேநான் என்றசொல்லின் நிசமறிந்தேன்!

பக்கத்தில் அமர்ந்தபடி, பரந்தாமன் சொல்லச் சொல்ல, கீதையைக் கேட்டவன் பார்த்தன். அவனிடம் தன் கேள்விகளை வைத்து விளக்கங்களை வாங்கிக்கொண்டவன் பார்த்தன். ஆனால், அப்போது கூட அவன் தெளிவு பெற்றான் என்று சொல்ல முடியாது. மஹாபாரதத்தில் அடுத்தடுத்து வரும் நிகழ்ச்சிகளே அதற்குச் சான்று.

தன்னுடைய உடலை நீத்துக் கண்ணன் சென்ற பின்புதான், வேடனிடம் தோல்வியடைந்த பின்புதான் அவனுக்குக் கண்ணன் என்றால் என்ன, அவன் தனக்குச் சொன்ன வார்த்தைகளின் கருத்து என்ன, அதை எய்துவதற்கு அவன் சொன்ன வழியென்ன என்பதெல்லாம் புரிந்தது. அர்ச்சுனன் நம்மைப் போல் என்று சொல்லிக்கொள்ளலாம். ஆனால் நாம் அர்ச்சுனனைப் போல் அல்ல என்பதையும் புரிந்துகொள்ள வேண்டும். அவனுடைய வலிமை எங்கே, நமது பலவீனங்கள் எங்கே?

கேட்டவர்க்குக் கேட்டபடி கண்ணன் வந்தான்
கேள்வியிலே பதிலாகக் கண்ணன் வந்தான்

என்று பாடுவார் கண்ணதாசன். கேள்விகள் பலவாக இருக்கும் வரைக்கும் விடைகளும் பலப்பலவாகவே இருக்கும். அவை மேலும் பல கேள்விகளுக்கும் வழிவகுக்கும். ஆனால், நானே கேள்வி, அவனே விடை என்பதை உணர்ந்தால் விடையாகிய அவனில், கேள்வியாகிய நாம் கரைந்து போவோம். இதுதான் அர்ச்சுனனின் இறுதிநிலை.

கேதார்நாத் அருகில் ஸ்வர்க்க ஆரோகணம் நடந்தது. தேவப்பிரயாகையில் இருந்து நீர் கூட அருந்தாமல், பின்னால் திரும்பிப் பார்க்காமல் நடந்தார்கள் பஞ்ச பாண்டவர்கள். முன்னால் கண்ணனே இருந்தான்!

* செய்கை என்பது தவிர்க்க முடியாதது.
* ஆனால், அறச்செயலே செய்யத் தக்கது.
* அந்தச் செயலிலும் பற்றுவைக்கக் கூடாது. அதன் விளைவு எதுவானாலும் அதிலும் பற்றுவைக்கக் கூடாது
* செய்வது நாம் அல்ல; அண்டத்தையும் அருகம் புல்லையும் படைத்துக் காப்பவன்தான் நம் மூலம் செய்கைகளை நடத்துகின்றான் என்ற நம்பிக்கை உணர்வாக மாறி உண்மையாக நிற்கும்.
* அப்போது நம்மில் கண்ணனன்றி வேறு யாரும் இருக்க மாட்டார்கள். கண்ணனைத் தவிர வேறு யாரும் நம் கண்ணில் படமாட்டார்கள்

இதுதான் பார்த்தன் கண்ட பரந்தாமன். அவன் கண்ட கண்ணனை நாமும் காணமுடியும்; காண இயலும். இதற்காகத்தான், அவனுக்குக் கண்ணன் சொன்னதையெல்லாம் வியாச பகவான் நமக்காகப் பதிவுசெய்திருக்கிறார்.

கீதை என்பது பாதையல்ல. பயணம் தேவைப்படாத பரமசுகம். இதுவே திகைத்து நின்ற மனிதனுக்குத் தேர்த்தட்டில் நின்று தெய்வமே சொன்ன வாசகங்களின் சாரம்.

பரந்தாமனின் பாதம் பணிவோம். பார்த்தனைப்போல் நாமும் நம்மில் கண்ணனைக் கண்டு கலந்து கரைவோம்.

அக்கினிப் பிரவேசம்

இந்தக் கவிதைக்குக் காரணம் டாக்டர் பத்மா சுப்ரமண்யம் அவர்கள். 38 ஆண்டுகளுக்கு முன்பு, என் தந்தை என்னை அவர் வீட்டுக்கு அழைத்துச் சென்று அறிமுகம் செய்துவைத்து, அந்தக் கலைக்கூடமாகிய திருவீட்டில், சில கவிதைகளையும் சொல்லச் சொன்னார். அன்று தொடங்கிய நேசம், பல்கிப் பெருகி வளர்ந்தது. என்னை என்றும் உடன் பிறவாத் தம்பியாக உரிமை கொண்டாடி வரும் பத்தூக்கா ஒரு புறம் என்னை உள்ளன்போடு நேசிக்கின்ற தமக்கையாகவும். இன்னொரு புறம் என் கவிதைகளை ஆர்வத்துடன் கேட்கின்ற ரசிகையாகவும் இன்றும் திகழ்கிறார்.

என்றென்றும் நான் வியப்பகலாமல் பார்க்கின்ற ஒப்பற்ற கலைஞராகவும், உயர்வுமிக்க தேச பக்தையாகவும் விளங்குகிறார்.

நடனம் என்றால் என்னவென்றே அறியாத நான், அதைப் பற்றி நல்ல அபிப்பிராயமே கொண்டிராத நான், அவர்களுடைய நடனத்தைப் பார்த்துத்தான், அந்த மகத்தான கலையைப் பற்றிச் சற்றே புரிந்துகொண்டேன்.

ஒருசமயம், அவர் கம்பராமாயணத்திலிருந்து சில பகுதிகளை நடனமாக்கி வழங்கினார். அதில் ஒன்றுதான் இந்த அக்கினிப் பிரவேசம். வால்மீகியிலும் சரி, கம்பனிலும் சரி, ராமன், சீதையைப் பார்த்துப் பேசிய கடுஞ்சொற்கள் அப்பட்டமாகவே இருக்கின்றன. ஒரு ராமனாகக் கடுஞ்சொல் பேசி, மறுகணம் சீதையாகத் துடித்தபடி அன்று அக்கா சித்திரித்த சிறப்பு என் நெஞ்சைத் தைத்தது.

அதன் விளைவாக மலர்ந்ததுதான் இந்தக் கவிதை.

ஒருநாள் இந்தக் கவிதையை, நண்பன் சுப்புவின் ஏற்பாட்டின் பேரில், பெசண்ட் நகர் கடற்கரையில் கார்க்கி

இளவேனிலுக்குச் சொல்லிக் காட்டினேன். கவிதையை நன்றாகச் சொன்னீர்கள்; ஆனால் புதிதாய் இதில் என்ன இருக்கிறது? கம்பர், ஏற்கனவே நன்றாகத்தானே எழுதியிருக்கிறார்? என்ற ரீதியில் அவர் வைத்த விமர்சனம் என் சிந்தனையைத் தூண்டியது.

நான் பெங்களூருவில் இருந்தபோது, சுப்பு, தோழர் இரா. ஜவஹரை அழைத்து வந்தார். அவரும், அவர் பங்கிற்கு இதைப்பற்றிப் பேசிவிட்டு வெளியே சென்று வந்தபோது என் கவிதை மாறிவிட்டிருந்தது.

ஜவஹர், சற்று உணர்ச்சிவசப்பட்டு என்னைப் பாராட்டினார் என்பதை நீங்கள் நம்பவா போகிறீர்கள்??!!

கோடுகள் இல்லா உலகம் என் முதல் கவிதைத் தொகுதி. அதில் இந்தக் கவிதை இடம்பெற்றது. அதற்குப் பின், 21 ஆண்டுகள் கழித்து, அதன் விரிவாக்கப்பட்ட பதிப்பாய், ரமணனைக் கேளுங்கள் வந்தது. அதிலும் இந்தக் கவிதை இடம்பெற்றது. ஆனால், முன்னுரையில், இன்று நான் இருக்கும் நிலையில் இந்தக் கவிதையை எழுதியிருக்க மாட்டேன் என்று குறிப்பிட்டிருந்தேன்.

இன்று என்ன சொல்கிறேன்? இன்றைய மன நிலையில், இந்தக் கவிதையை எழுதியிருப்பேனோ மாட்டேனோ என்னால் சொல்ல முடியாது.

ஆனால், நான் வணங்கும் கடவுளான ராமனைப் பற்றி, இந்த விஷயத்தில் எனக்கு உறுத்தல் இருந்துகொண்டுதான் இருக்கிறது. என் உயிரின் ஆதாரமான என் குருநாதரின் விளக்கங் களை நான் ஏற்றேனே தவிர, அவை எடுபடவில்லை. ஒருவனுக்கு ஒருத்தி என்ற அதுவரை இல்லாத கொள்கையைக் கொண்டுவந்தவன் ராமன். மன்னவனுக்குச் சொந்த உணர்ச்சிகள் இருக்கக்கூடாது என்ற கோட்பாட்டின் முழு உதாரணம் ராமன். அறத்தின் உருவாரம் ராமன்.

ஆனால், பலர் முன்னிலையில், எந்தக் குற்றமும் இல்லாத தன் மனைவியை நோக்கிக் கடுஞ்சொல் மொழிந்ததற்கு ராமாயணத்தில் நேரிடையாக எந்த சமாதானமும் இல்லை. அக்கினிப் பிரவேசத்திற்குப் பின்பு வருகின்ற காட்சியில், புஷ்பக விமானத்தில், இப்படி எதுவுமே நடக்காதது போல் அவர்கள் இருவரும் பேசிக்கொள்வது எனக்கு இடிக்கிறது.

சரி, மாற்றான் வீட்டில் சிறையுண்ட தன் மனைவி மாசற்றவள் என்பதை மக்கள் முன்னிலையில் நிரூபித்துக்காட்ட வேண்டும், அவள் குற்றமற்றவள் என்பது எனக்குத் தெரியும் என்பது ராமனின் எண்ணமாக இருக்குமானால், இனிய வார்த்தைகள் பேசியே தீயில் இறங்கச் சொல்லியிருக்கலாமே?

ஏன், பெண்ணின் கற்பு மட்டும் நிரூபிக்கப்படவேண்டும்? ஒருவனுக்கு ஒருத்தி என்ற வழக்கத்தைக் கொண்டுவந்தவன், ஏன் முதலில் தான் தீயில் இறங்கி, கற்பு நிலை பற்றிப் பேசவந்தால், இரு கட்சிக்கும் அஃது பொதுவில் வைப்போம் என்ற பாரதியின் வாக்குக்கு ஆதர்சமாக இருந்திருக்கக் கூடாது?

நண்பன் ஹரிகிருஷ்ணனும் காவியம் முழுக்கப் படித்தால்தான் இது புரியும் என்றான். மன்னிக்க வேண்டும் நண்பா. வசவு வெளிப்படையாக இருக்கும்போது. எத்தனை எத்தனையோ நிகழ்வுகள் வெளிப்படையாகவே கூறப்படும்போது, அங்க லட்சணங்கள் கூட வெளிப்படையாகவே வர்ணிக்கப்பட்டிருக்கும் போது, இதற்கான நியாயத்தை அப்படிக்கூட ஒன்று இருக்கு மானால் ஏன் நானே கற்பனை செய்துகொள்ளும்படி, அனுமானம் செய்துகொள்ளும்படி எனக்கு நிர்ப்பந்தம்?

புரியவில்லை. இல்லை, புரிகிறது. திருவள்ளுவர் வரும் வரை, அதற்குப் பல்லாண்டுகள் சென்று பாரதி பற்றிக்கொள்ளும் வரை, பெண்கள் பெண்களாக நடத்தப்படவில்லை.

ராமா! நான் ஆராதிக்கும் தெய்வம் நீ! என் மனைவி, என் குறைகளையெல்லாம் மீறி என்னை இன்றைக்கும் நேசிக்கிறாள். அப்படியே, என் நெஞ்சை இன்றைக்கும் உறுத்துகின்ற இந்த நெருடல் நீங்காமலேயே உன்னை சேவிக்கிறேன்.

வாருங்கள், கவிதைக்குள் நுழைவோம்:

சத்தியத்திற் கோர்பொருளைச் சாற்றிய ஜானகியைச்
சமர்ஜெயித்து மீட்டுவந்தான் காகுத்தன்; என்னெஞ்சே!
முக்தியிது தானென்று முகிழ்த்தாள் பெருந்தேவி

மூலை யிருட்டுமதில் முளைத்தெழுந்த மின்மினியும்போல்
புன்னகையும் கண்ணீரும் சேர்ந்துவரக் கற்பரசி

பூரிப்பில் சொல்லிழந்தாள்; புதைந்துபோன வாழ்க்கையின்று
வன்னமல ராய்மடியில் வந்துவிழக் கண்பனித்தாள்
வையத்தில் மீண்டும் வைதேகி உயிர்பெற்றாள்!

ஓர விழியாலே ஒசிந்த வில்லுரசி
ஓங்கிய தோளிரண்டில் ஒருநோக்கில் மனமிழந்து
ஈர முகில்வடிவான் எம்பிரான் கண்களிலே
இமைமின்னல் வீசியொளி யேற்றிய நாள்நினைத்தாள்!

பார்மன்னர் வில்லடியில் மார்வலி இழந்தமன்றில்
படுத்ததை எடுத்ததும் எடுத்தது படுத்ததும்
நேர்ந்தது நினைத்தபடி நேர்ந்திடவும், அவன் தோளில்
நெஞ்சமலர் வீசிக் கைகோத்த நாள்நினைத்தாள்!

மருண்ட வனத்திடையே மன்னனிழல் தொடர்ந்ததுவும்
முறநகத்தாள் வந்ததுவும் மூக்கறுந்து போனதுவும்
வெருண்ட மான்விழியில் பேதை மனம்மயங்கி
விதிவிரித்த கொடுவலையில் வீழ்ந்திட்ட நாள்நினைத்தாள்!

அந்தோ! தொடர்ந்ததெல்லாம் மனம் நினைக்க வலுவுண்டோ?
அனுமனெனும் மைந்தன் அன்புக்கோர் பதிலுண்டோ?
விந்தைக் கடல்கடந்து வீரச் சமர்புரிந்து
வீணர் தலைவீழ்த்தி விதியினின்றும் மீட்டானே!

எந்தநாள் இந்தநாள் என்றறியாப் பேதையினாள்
அந்தநாள் என்னுமொரு மந்திரத்தில் லயித்திருந்தாள்

காலம் கடந்தமகள் காகுத்தன் தாள்பணிந்தாள்

விழுந்தவளைத் தழுவி எழுந்திருக்கச் செய்யாமல்
விருட்டென்று பின்சென்றான் வெளியிருட்டில் விதிசிரித்தான்
தொழுதபதம் காணாமல் துவண்டெழுந்தாள் பேதையினாள்
சொல்லில்லை! மௌனத்தில் சுருதியில்லை! பேரமைதி

காதம் பலகடந்து கடல்தாண்டி வந்ததெல்லாம்
ஜானகி! உனைமீட்டுச் சபைகூட்டிப் பார்க்க இல்லை
காதல் விளைவில்லை கடமை வளைத்தவில்லால்
காரியம் முடிப்பதற்கே தசரதன் மகன்வந்தேன்; நீ

போற்றி அழுததெல்லாம் போதுமடி வைதேகி
மாற்றானின் பந்தலிலே வீற்றிருந்து இன்னுமுயிர்
காத்து நிற்கிறாயே சாகாமல்; மானமது
போய்த்தொலைந்த பின்னுமிந்தப் புவிமீதில் வாழ்கிறாயே
நெறிகாத்த நெடுங்குலத்தின் நிழலையும் காப்பவன்நான்
பறிகொடுக்கத் தயாரில்லை; பாவாய் நீ போவென்றான்

ராமனா பேசினான்? மானுடனா பேசுகின்றான்?
கோசலை மைந்தனா கொடுஞ்சொல் கூறுகின்றான்?
கொன்ற அரக்கரின் குணந்தான் படிந்ததுவோ?
நின்ற உலகத்தின் நிலைதான் முடிந்ததுவோ?
கற்றோர்கள் வெட்கினர் கடவுளர்கண் சிமிட்டினர்
அற்றது நீதியெல்லாம் அனுமனே முகஞ் சிவந்தான்!

மலர்விளிம்பி லாயிந்த மலையிடிகள் வந்துமோதும்? பொழுது
புலர்கையிலா பாழும் புகைமேகம் வந்துசூழும்?

காவியத்து நாயகன் கறைபட்டான்; தூய்மைக்கோர்
ஓவியமாய் நின்ற உத்தமி மனம்கொதித்தாள்

இளையவனை அழைத்தாள், எரிதழல் மூட்டுகையே!
எம்பிரான் பணித்தால் ஏதும் மறுப்புண்டோ?
விளைந்த துயரெல்லாம் விதிசொடுக்கும் சவுக்கெல்லாம்
சிரித்தபடிச் சுமந்திருக்கப் பிறப்பெடுத்தாள் பெண்ணன்றோ?
எரிதழல் மூட்டுகையே!

எத்தனைநாள் கண்ணுகுத்து இத்தனைநாள் காத்தவுயிர்
அத்தனுக்கே வெறுத்துவிட்டால் அடுத்தகணம் வாழுவதோ?
எரிதழல் மூட்டுகையே!

இளையவன் வீரன்தான்; இதயத்தில் பாரம்தான்
இதயமே வெடிக்கலாயோ? இன்னமும்நாம் இருக்கிறோமா?
உளைந்தான் துடித்தழுதான்; உடன்பிறந்தோன் கருவிழியால்
ஓர்நோக்கு நோக்க, நீர் உகுத்தபடித் தீ மூட்டினான்..

சிலையாக நின்றிருந்த ஸ்ரீதேவி எதிரே
நிலையற்ற மனம்போலத் தீகிளம்ப லாயிற்று

இது-
கீழ்த்திசை யெழுந்து மேற்றிசை வரையிலும்
கிழித்துச் சென்றிடும் தீ! அமுதக்
கிரண மெனப்பல கிளைஞர் நெஞ்சிற்
கிளர்ந் தெழுந்திடும் தீ!
ஏழ்த்திசை யெங்கு மிலங்கு முயிர்க்கெலாம்
இயக்கம் தந்திடும் தீ! பனி
இமயத் தினிலுறை ஈசன் நெற்றியில்
இருந்து சுடர்விடும் தீ!

ஊழியி லெழுந்திவ் வுலகை யவாவி
உயிரைக் குடிக்கும் தீ! எவர்
உத்தம ராயினும் உலுத்த ராயினும்
உடலைப் புசிக்கும் தீ!
ஆழிப் பரல்போல் யாண்டும் பரந்த
அண்டக் கோளத் தீ! இது

வியி னுள்ளும் தாவிப் பொசுக்கும்
அந்தோ விதியெனும் தீ!

மேழி பிடித்திடும் மேனிலை யாளர்
மேனி யெழுந்திடும் தீ! பகை
மேட்டி லெழுந்துடற் கூட்டை விடுத்திடும்
மேலோர் வீரத் தீ!
பாழில் விந்தை பயிலும் கோரப்

பயிரவி நடனத் தீ! தில்லைப்
படுகையில் நடிக்கும் பழையோன் கையிற்
பந்தா யெழுந்த தீ!

கடலைக் குடித்து மலையைப் பொசுக்கும்
கவிதைப் பொறியெனும் தீ! நெஞ்சிற்
கடுந்தாகம் எழுந்தாடும் பேய்போற்
கண்ணிற் பறக்கும் தீ! அந்தச்
சுடலைக் கிடையில் நடன மிடுகின்ற
சுந்தர வதனத் தீ! சின்னக்
குத்து விளக்கில் குழந்தை போலே
குந்தி யிருக்கும் தீ!

இது
கலம்ப கங்களும் கடுந்த வங்களும்
கவர்ந்து வந்திடும் தீ! மறவர்
கண்ணிற் சிவந்து விண்ணிற் கிளர்ந்து
கருணை பாலிக்கும் தீ!
நிலம்விசும்பு நீர் காற்றெலாம் உயிரை
நிறுத்தி வாழ்த்திடும் தீ! ஒரு
நிமிடம் பிரளயக் கதியில் சுழன்று
நிர்த்தனம் செய்திடும் தீ!

அந்தத்
தீ எழுந்ததங்கே! பின்னே
தேவி நின்றிருந்தாள்!
ஆவி போனதென்றே, உலகம்
அகம் துடித்ததம்மா!

முடிந்த கவிதை போலே நின்ற
மூவுல கேற்றும் தேவி, நெஞ்சிற்
படிந்த துயரைப் பாருக் கெல்லாம்
பனித்த விழியால் தெறித்தாள்

பெண்ணாய்ப் பிறந்த பிழையை நினைந்து
பேதை வெறுப்பில் சிரித்தாள்; காக்கும்
கண்ணாய் வாய்த்த கணவன் வார்த்தையைக்
கடவுளின் செயலென்றெழுந்தாள்

உண்ண யெழுந்தே உறுமிடும் தீயை
ஒருமுறை வலம் வந்தாள்! தேவி
ஒருமுறை வலம் வந்தாள்! மானைக்
கண்டு மயங்கிய கண்களைக் கண்டு
கடவுளர் துயருற்றார்! அந்தக்
கடவுளர் துயருற்றார்!

எவரும் அஞ்சத் திமிறிடும் தீயை
இருமுறை வலம் வந்தாள்! சீதை
இருமுறை வலம்வந்தாள்! சின்னத்
திவலை போலவள் உலவக் கண்டு
திசைகளும் அஞ்சினவே! எட்டுத்
திசைகளும் அஞ்சினவே!

முடிவைத் தேடி முளைத்த தீயினை
மும்முறை வலம்வந்தாள்! எமதன்னை
மும்முறை வலம்வந்தாள்! ஈசல்
அடித்தது நெஞ்சம் அவிந்தன கண்கள்
அதுகனவா நினைவா என்றே
அனைவரும் துடிதுடித்தார்!

உலகில் இனிவரும் உயர்குல மாந்தர்
உயிர்தரிக்க வேண்டி! ஐந்து
புலன்விலை கேட்கும் புண்ணிய மெல்லாம்
புனிதம் பெற வேண்டி! இறையைக்
கலந்திருக்கும் கவிஞர் நெஞ்சிற்
கனல்நிலைக்க வேண்டி! ஆங்கே

கலகம் விளைத்த கடுமையில் அன்னை
காலெடுத்து வைத்தாள்!

ஆஹா!
பாதம் படுமுன் விலகிப் பதறிப்
பாதம் பணிந்தனன் அக்கினி! எங்கள்
சோதிக் கனல்முன் னிருகரம் கூப்பிக்
குப்புற வீழ்ந்தனன் அக்கினி!

மாதரசே! எனை மன்னித் தருள்க
மலரடி சரணம் சரணம்! ஒரு
தீதும் அறியாத் திருவே உன்னைச்
சேவிப் பார்க்கருள் ஜனனம்!

பார்வை யெனுமுன் ஜ்வாலயி லென்றன்
கலிக ளழிந்தன தேவி! உன்
நேர்மையை நான்போய் அளக்க வந்தால்
நிச்சயம் அழிவேன் பாவி!

உலகுள் ளளவும் உலக மெங்கணும்
உயிரொன் றுள்ளளவும்
உயிரின் உயிராய் உந்தும் பெண்மைச்
சுடரொன் றுள்ளளவும்
பலகுர லெல்லாம் ஒருவடி வாயெனைப்
பழிக்க விடுவேனா? உயிர்
பறிபோ னாலும் பரமே உந்தன்
பாதம் தொடுவேனா?

கோசலை மைந்தா! கோடி பாணங்கள்
கொண்டெதிர் வந்தாலும், உன்
குடிபடை முனிவர் தேவர் அனைவரும்
கூடி யெதிர்த்தாலும்

தேச ழிந்துநான் தெம்பி லாதுவெறும்
தெருவில் நின்றாலும்
ஆண்மை யிலாவுன் ஆணையைச் சற்றும்
சகியேன் ஆண்மகன் நான்!

எது களங்கம்? எது பாவம்? உடன்
பதில்சொல் வாய்பரந் தாமா?
விதையைத் தின்றவர் நிலமில் லையென
விதியைச் சபிக்க லாமா?
ஆவியி னுயிரை அண்டத் தொளியை
அபக ரித்தவன் அரக்கன்; தீயில்
தாவச் சொன்ன நீ மானிடனா உன்
தலையறி யாதோ இரக்கம்?

பெண்ணை அடிமை செய்வது எந்தத்
தெய்வ மாயினும் கெடுக! அவள்
கண்ணை மூடிக் கல்லா யாக்கும்
கயவர் பரந்து கெடுக!

சாந்தியின் வடிவைச் சபிக்கும் குப்பைச்
சாத்திரம் யாவும் கெடுக! உயிர்க்
காந்தியை ஆளக் கருதும் நீதிகள்
கனலில் விழுந்து தீர்க!

யார்புனி தத்தை யார்சோ திக்க?
யாரை யார்பா திக்க? எவ்
வூர்க்கும் யாண்டும் உகந்த நீதி
உண்டா உடனே சொல்க!

அபலை யாகியோர் அரக்கன் நாட்டில்
அகமெல் லாம்நீ யாக, ஒரு
கபட மிலாமற் சகித்த இறையைக்
கனலில் இறங்கச் சொன்னாய்!

கணமெல் லாம்கொடும் யுகமாக, அவள்
கண்ணீர் வடித்த சோகம், ஒவ்வோர்
அணுவுக் குள்ளும் அனலாய்க் கிளம்பி
அண்ட மனைத்தும் வேகும்!

நீ திரிந்தபல காட்டிலே, நீ
நிலை திரிந்தனை என்கவா? அட
யார் கொடுத்தனர் உரிமை நீ எங்கள்
அருளை அதிகாரம் செய்கிறாய்?

உண்மையில் நீயோர் ஆண்மக னென்றால்
உடனே என்னுள் ளிறங்கு
உலகுக் கெல்லாம் புனிதம் பற்றிப்
பின்னர் பெரிதாய் முழங்கு
புன்மை தாங்கவா புஜங்கள்? உடன்
போயவள் நிழலில் துவங்கு, உன்
கண்ணை மறைத்த திரையைக் களைந்து
காவிய மகளை வணங்கு!

மாதர் நெஞ்சம் குளிர்ந்தது! அமுத
மழையி லண்டம் நனைந்தது! இருள்
மன்றி லாடிய கவிதையும், ஒளி
மண்ட லத்தில் நுழைந்தது!
பூதலத்தில் புதுநெறி! இனிப்
புண்ணியத் துக்குப் புதுவழி!
புன்ன கைத்தனள் ஜானகி!
புதிய தாகினன் அக்கினி!!

வீட்டுமரே விடையென்ன?

விண்ணிலிருந்து சொர்க்கம் கொஞ்சம்
விண்டு மண்ணில் விழுந்தது போல
அதோ!
அயர்ந்து கிடக்கிறான் பிதாமகன்
அம்பையின் காதலே அம்புப் படுக்கையாய்..

மரணத்திற்கு அஞ்சாத மாவீரன்தான்
மரிப்பதற்கு உகந்த நேரம் பார்த்தபடி
இரவும் பகலும் குருதி கசிந்தபடி
மல்லாந்து கிடக்கிறான்

கூடுவிட்டு வீடுசெல்லக்
குறித்துவிட்டான் நேரத்தை
பாடுபட்டு உயிரை உடலில்
தக்கவைத்துக் காத்திருக்கிறான்
குழிச்சரிவில் சிக்கிக்
கோரைப்புல்லைப் பற்றியது போல்

மூதாதையர் சொன்ன
முதுமொழிகளே விடைகளாக
நீதி பேசுகிறான்
நியாயங்கள் கூறுகிறான்

கண்ணிலாதான் அரசவையில், உன்
கண்ணெதிரே எம் தேவி
கயவர்கைப் பாவையாகிக்
கதறி அழுததெல்லாம்
கண்ணுற்று நின்றவன்தானே நீ!
உன் சபதம்தானே
அவள் சபதத்திற்கு
ஊற்றுக்கண்?

உடும்பாய் நீ பிடித்துக்கொண்ட
உன் சபதத்தால்
ஒவ்வொன்றும் கண்முன்னே
உதிர்ந்து போயின
உதிர உதிர உன் சபதத்தை
உயிராய்ப் பற்றிக்கொண்டாய்

ஐவர் அனைத்தும் இழந்ததும்
அற்பர்கள் அரியணை கொண்டதும்
அறவழி நின்றவர் கையறுபட்டு
அபலைகளாக நீன்றதும்
கார்த்தடங் கண்ணியைக் கயமையின் வடிவங்கள்
காயாய் உருட்டியதும்
கன்னிப்பால், நீ காதலை மறுத்ததால்
கள்ளிப்பால் ஆனதும்
பார்காணாத போரொன்று பாரதத்தில் நடந்ததும்
பாரதம் என்பதே போரின் பெயரானதும்
எல்லாம் அழிந்ததும், உன்
பொல்லாத சபதத்தினால்தானே?
சபதம் என்னும் கண்ணாடியைக் கழற்றாமல் நீ
சகலத்தையும் பார்த்ததனால்தானே!
பார்வையில்லாதவன் திரிதிராட்டிரன்

பட்டையைக் கட்டிக்கொண்டாள் காந்தாரி
பாழும் சபதத்தால் பார்வை இழந்தவன் நீ!

அம்பையைக் கட்டிக்கொண்டிருந்தால்
நாட்டைக் காத்திருப்பாய்
சபதத்தைக் கட்டிக்கொண்டதால்
நாட்டைத் தொலைத்தாய்
சபிக்கப்பட்டாய்

உன்னை மிக நம்பி
உயிரெல்லாம் உருகி உருகி
நின்று உதவி கேட்ட எங்கள்
நெருப்புநிகர் பாஞ்சாலிக்கு
நீ சொன்ன பதில்களைப்போல்
நீசம் வேறு உண்டோ?

செஞ்சோற்றுக் கடனென்று
சூர்யபுத்ரன் வீழ்ந்தான், நீ
எஞ்சபதம் மேலென்று
இழிவானவர்க்குத் துணையாய் நின்று
இழிந்தாயே!

சபதம் செய்த கண்ணன்
சம்ர்நடுவே அதை உதறி
சக்கரம் ஏந்தி நின்றானே!
அப்போதும் நீ அந்த
அற்பச் சபதத்தை அல்லவா ஏந்த் நின்றாய்?

சரி
காதலை மறுப்பவன்
காசினிக்கு வரலாமா?
பேதையைக் காக்காதவன்
பெரும்பதவை வகிக்கலாமா?

வசுவே! நீ உன் உலகிற்கு
ஏகிவிட்டாய் என்று
எனக்கேனோ தோன்றவில்லை

அம்பையின் காதல்வெறி
முள்ளாய்க் குத்தக் குத்த
அபலையின் வெடித்த நெஞ்சம்
உன்குருதியாய்க் கிளம்ப
உயிர்பிரியும் தருணத்திலும்
ஒருவார்த்தை ஒரேயொரு வார்த்தை
வருத்தம் தெரிவித்தாயா
வசுவே!

மனமறிந்து செய்த பிழைக்காய்
மன்னிப்புக் கேட்காதவன்
இந்த
மண்ணை விட்டு
மறுவீடு செல்வதற்கில்லை!

காயப் படுத்திவிட்டு மன்னிப்புக் கேட்காமல்
கதைபேசிக் கொண்டிருப்போர்
காதலை மறுத்துக்
கடும் முகம் காட்டுவோர்
தன்கடனே பெரிதென்று
தாயைத் தவிக்க விடுவோர்
அனைவரிலும் தன்னைப் பார்க்காமல்
தானே பெரிது தன்
சபதமே பெரிதென்று பிடிவாதம் கொண்டோர்

அனைவரிலும் நீதான்
மல்லாந்திருப்பாய்
மறுக்கப்பட்ட காதலின்
உறுத்தும் படுக்கையில்.

மறுக்கப்பட்ட காவலின்
மரண ஓலத்தில்
மன்னிப்புக் கேட்கும் வரை..

இந்த மரத்தடியில்
இந்தத் திண்ணையைப் போல்தான்
இருந்துவந்திருக்கிறேன்
இத்தனை நாளும்!

மழை..வெய்யில்..புழுதிக் காற்று
மத்தியான வெப்பங்கள்
எப்போதேனும் சற்று
யாரோ நிலவுக்கு இட்ட முத்தங்கள்
கோணம் மாறி உதிர்ந்தது போலக்
கொட்டிய பனித்துளிகள்

பறவையின் எச்சம்
பசுவின் சாணம்
சின்னக் குழந்தையின்
சிறுவாய் உதிர்ந்த மிச்சம்

சிரித்தபடிப் பறக்கும் காலத்தின்
சிறகுகளால் பதறிச்
சிந்திவிட்ட காதலர்களின் கண்ணீர்

யாரோ வீசி, எந்தக் காற்றிலும்
ஏனோ அசையாமல் என் மீது
வீழ்ந்தபடிக் கிடக்கின்ற கந்தைத்துணி

ஊத ஊத
உட்கார்ந்துகொண்டே இருக்கும் தூசு

ஒட்டாமல் உறவாடாமல்
புரளக் காத்திருக்கும் சருகு

இன்னும் எத்தனை எத்தனையோ!

ரமணன்

மல்லாந்த குடிகாரன் போலத்தான்
மல்லாந்து கிடக்கின்றேன் நான்
ஆனால் முழுத் தெளிவுடன்

உட்கார்ந்து சென்றவர்கள்
ஒருக்களித்துப் படுத்தவர்கள்

ஒன்றுமில்லாமல் வந்து
ஒருகவிதை வாய்க்கப்பெற்று

உயிர்சிலிர்க்கச் சென்றவர்கள்
தங்கள் தரத்தால்
கணநேரம் என்னைத்
தவமேடை ஆக்கியவர்கள்..

எல்லோரும் எல்லாமும்
வந்தவண்ணம்! சென்றவண்ணம்!
ஓயாத மாற்றங்களின் மேடையான எனக்கு
ஓய்வேது ஒழிவேது?
வாசலுமில்லாமல் வீடுமில்லாமல்..இங்கே
வாழ்க்கை எங்கே எனக்கு?

உணர்ந்தேன் அத்தனையையும்
உணர்ச்சிவசப்படாமல்
உறவில் விழாமல்

தாமரை இலையில், யாரோ
தவறவிட்ட ஒரு வைரக்கல் போல
ஒருமுறை
ஒரே ஒரு முறை
உட்காராமல்
உட்கார்ந்தாய் நீ
பாறையில் இறகுபோல
மரத்துப்போய்க் கிடந்த என்

மார்பைப் பிளந்துகொண்டு
இத்தனைக் காலம் நான்
சகித்த
சாட்சியாய்ப் பார்த்த
ஊரின் உணர்ச்சிகள் அத்தனையும்
இயற்கையின் மாற்றங்கள் எல்லாமும்
விழித்துக்கொண்டு
விஸ்வரூபம் எடுத்துவிட்டன

ஏதோ அமைதியைத்
தேடாமல் இங்குவந்த உன்னெதிரே
அதுவரை அமைதியாயிருந்த திண்ணை
ஆரவாரப் பேய்க்கூட்டமாயிற்றே!

சந்நிதிக்கு வாய்த்த தெய்வம்
திண்ணைக்கு நேரலாமா?
சுமைதாங்கும் கல்
மலர் தாங்குமா?

ம்..
உனக்கொன்றும் இல்லை
என்
உளமார்ந்த மண்டியிடுதலிலும்
உனக்குச் சங்கடம்தான்

சடமாகக் கிடந்து, ஒரு
சவமாகும் தறுவாயில் இருந்து
ஜகத்தி உணர்ச்சிக் கலகங்கள் அனைத்துமே
உள்ளே புகுந்து
உயிராய்க் கூத்தடிக்கும் நான்
என்ன ஆவேன்?
என்ன செய்வேன்?
எங்கே போவேன்??!!

ரமணன்

என்னைப் பொருட்படுத்தும் கட்டாயம்
உனக்கு இல்லைதான்

ஆயினும்
என் கதையைக் கேட்டதனால்
என் கதியைப் பார்த்ததனால்
சின்னக் கணத்தில், காதலின்
சிலிர்ப்பை ஏற்றதனால்
விழுந்து கிடந்தபடியே
விண்ணப்பித்துக் கொள்கிறேன்!!

இன்னும் ஒருமுறை
ஒரே ஒரு முறை
உட்கார்ந்து செல்ல முடியுமா?

நான்
சடமாகாமல்
      எனக்கு விடுதலை இல்லை

நான்
சவமாகாமல்
உனக்கு விமோசனமும் இல்லை